રાજકારણમાં યુવાનોની ભૂમિકા

:: Author ::

Dr. Rakesh D. Bhedi
(M.A.,M.phil.,G-SET., Ph.D)

PUBLISHED BY

The New Era International Publishing House
HQ. At & Po. Chaveli., Ta- Chansma,
Dist- Patan, North Gujarat, India, Asia.
www.iphouseindia.com

First Publication: 13th March, 2015

Copyright: Author

(c) **Dr. Rakesh D. Bhedi**

ISBN:- 978-15-08949-83-1

Price: Rs.750/- INDIA
      $ 15 OUTSIDE INDIA

PUBLISHED BY

**The New Era International Publishing House
HQ. At & Po. Chaveli., Ta- Chansma,
Dist- Patan, North Gujarat, India, Asia.
www.iphouseindia.com**

૧.જાહેર કાર્યક્રમોની સેવા અસરકારક રીતે પૂરી પાડવા માટે લોકોનું સશક્તિકરણ

અસરકારક રીતે સેવાઓ પૂરી પાડવાની ચાવી, ખાસ કરીને દલિત અને આદિવાસી સમુદાયનાં વિકલાંગ લોકો, વૃદ્ધો, નિરાધાર અને અનાથ બાળકો, કિશોરીઓ, ગર્ભવતી અને સ્તનપાન કરાવતી માતાઓ તેમ જ વિધવા અને નિરાધાર મહિલાઓ જેવા વંચિત લોકો માટે જાહેર સેવાઓ ગુણવત્તાસભર રીતે ઉપલબ્ધ થાય તેમાં રહેલી છે. આરોગ્ય, શિક્ષણ, સામાજિક સલામતી, આજીવિકા અને રોજગારી સાથે સંકળાયેલી જાહેર સેવાઓ સામાજિક સુરક્ષાના મહત્ત્વના ઘટકો છે. સામાજિક સુરક્ષા, સમુદાયની ક્ષમતાઓ વધારીને માનવ-હક્કો પ્રત્યે સમુદાયને સભાન બનવા માટે સક્ષમ બનાવે છે. એ રીતે દેશના વિકાસ તથા અર્થતંત્રમાં પોતાનું યોગદાન આપે છે. અભ્યાસ પરથી સાબિત થયું છે કે વિકાસશીલ દેશોની 80 ટકા વસતિ સામાજિક સુરક્ષાથી મોટાપાયે વંચિત છે. મૂળભૂત માનવ અધિકારોનો ભંગ કરીને તેમ જ મળવા પાત્ર લાભો તથા અધિકારોથી વંચિત રાખીને તેમને પરાણે ગરીબાઈ તરફ ધકેલવામાં આવે છે. ખાસ કરીને ઉપર જણાવવામાં આવેલાં વંચિત જૂથો માટે આ હકીકત વધુ લાગુ પડે

છે અને આ વિષ-ચક્ર પેઢીઓ સુધી તેમને વિકાસની પ્રક્રિયાથી દૂર રાખે છે.

જાહેર કાર્યક્રમોની કાર્યક્ષમતા, માહિતગાર અને સભાન નાગરિકો દ્વારા જ સુધરશે, જે અસરકારક રીતે સેવા પૂરી પાડવા માટેની માગ કરે છે. તેની સાથે-સાથે સેવા પૂરી પાડનારાઓને, સેવા પહોંચાડવા માટે તેનો પ્રસાર કરવા માટે સક્ષમ બનાવનારી સક્રિય વ્યવસ્થા ઊભી કરવી પણ એટલી જ જરૂરી છે. રાજ્ય દ્વારા ગોઠવવામાં આવેલી લોકશાહી અને વિકેન્દ્રિત વ્યવસ્થાઓને મજબૂત કરવા માટે બંને છેડે સક્ષમ તંત્ર ઊભું કરવું જરૂરી છે. તેથી, જાહેર કાર્યક્રમો વિશેની માહિતી સુધીની પહોંચ ગરીબોને અસરકારક સામાજિક સુરક્ષા તથા સલામતી પૂરી પાડવા આડેના અવરોધો દૂર કરવામાં મહત્ત્વની ભૂમિકા ભજવે છે.

જાહેર કાર્યક્રમો તેમ જ યોજનાઓ વિશેની માહિતીને સરળ અને સ્પષ્ટ સ્વરૂપમાં ગ્રામ સ્તરે ઉપલબ્ધ બનાવવી એ ઘણા વ્યૂહો પૈકીનો એક વ્યૂહ છે. વૈવિધ્ય અને સાક્ષરતાને કારણે આ માહિતી દૃશ્ય, દૃશ્ય-શ્રાવ્ય, બ્રેઇલ, સ્થાનિક બોલીમાં મોટી પ્રિન્ટના લખાણ સહિતનાં બહુવિધ સ્વરૂપોમાં ઉપલબ્ધ કરવી જોઈએ. ઉપરાંત, સ્થાનિક સંદર્ભમાં સુસંગત હોય તેવાં ગીતો, કઠપૂતળીના

ખેલ, શેરી નાટકો, લોક નૃત્યો, ભવાઈ જેવાં નાટકો વગેરે જેવાં સ્થાનિક સાંસ્કૃતિક સ્વરૂપોમાં તેમ જ સમુદાય મુલાકાત જેવી વિવિધ પદ્ધતિઓ દ્વારા આ માહિતી સ્થાનિક લોકો સુધી પહોંચાડવી જોઈએ. રાઇટ ટુ ઇન્ફર્મેશન ઍક્ટ 2005ની કલમ 4 (1)માં 17 મુદ્દાઓ દર્શાવવામાં આવ્યા છે, જે હેઠળ પંચાયત, તાલુકા, જિલ્લા અને રાજ્ય કક્ષાના તમામ સેવા પૂરી પાડનારાઓએ (સર્વિસ પ્રોવાઇડર્સે) ઑફિસ બેરર્સ અને ચૂંટાયેલા/ સમિતિ સભ્યો, તેમની ભૂમિકા તથા જવાબદારીઓ, લાભાર્થીઓની યાદી, ફાળવવામાં આવેલા ભંડોળ અને વપરાયેલા ભંડોળ, વપરાશનું વર્ષ વગેરેને લગતી વિગતો તેમની વેબસાઇટ્સ પર તેમ જ તેમની દીવાલો પર દર્શાવવાની રહે છે. જેમ કે, પંચાયત કક્ષાએ ગામની પંચાયતી રાજ સંસ્થાઓ, શાળાઓ, સમુદાય અને પ્રાથમિક આરોગ્ય કેન્દ્રો, આંગણવાડીઓ, રૅશનની જાહેર વિતરણની દુકાનો વગેરેએ તેમની ઈમારતની દીવાલો પર જાહેર સેવા અંગેની વિગતો દર્શાવવાની રહે છે.

માહિતી સુધીની પહોંચ સમુદાયના સશક્તિકરણ માટે મહત્ત્વપૂર્ણ ભૂમિકા ભજવશે, કારણ કે જ્ઞાન એ શક્તિ છે. ત્યાર બાદ સમુદાયનાં બહિષ્કૃત લોકોની તથા લાભાર્થીઓની ઓળખ નક્કી કરવા માટે તેમ જ સમયસર અને ગુણવત્તાસભર સેવાઓ

પૂરી પાડવા માટે ગ્રામ સભાઓ આ માહિતીનો ઉપયોગ કરી શકે છે. નાગરિકો તથા સેવા પૂરી પાડનારા એ બંને પક્ષોને હિતધારકો બનાવવા માટે અસરકારક વ્યૂહો વિકસાવીને સક્ષમ વાતાવરણ ઊભું કરવાની જરૂર છે. પરિણામે તે, જે ગરીબીનો સામનો કરવામાં, અસમાનતાઓ ઘટાડવામાં તથા સાતત્યપૂર્ણ આર્થિક અને સામાજિક વિકાસ માટે સમાવેશક વિકાસને વેગ આપવામાં સહાયભૂત થશે.

૨. વિકાસલક્ષી મુદ્દાઓ

વિકેન્દ્રિકરણઃ સ્વરૂપ અને આકારણી માળખું

વિકેન્દ્રિકરણમાં આયોજન માટેની જવાબદારીઓ, વ્યવસ્થાપન, સંસાધનોની ફાળવણી અને સત્તા, કેન્દ્ર સરકાર અને તેની સંસ્થાઓ પાસેથી લઈને તેની સોંપણી નીચે મુજબનાં એકમો કે વિભાગોને કરવામાં આવે છેઃ

કેન્દ્ર સરકારનાં મંત્રાલયોનાં ક્ષેત્ર એકમો, ગૌણ એકમો અથવા સરકારનાં સ્તરો, આંશિક-સ્વાયત્ત જાહેરસત્તા-તંત્રો અથવા કૉર્પોરેશનો, પ્રાદેશિક અથવા કાર્યકારી સત્તાઓ અથવા બિન-સરકારી કે ખાનગી સંગઠનો.

વિવિધ સ્તરે મંજૂરીઓ લેવામાં ઘણો વિલંબ થવાના કારણે લક્ષિત વસતિ સુધી વિકાસ માટેના કાર્યક્રમો પહોંચતા નહોતા. વળી, આ કાર્યક્રમોમાં પ્રાદેશિક જરૂરિયાતોને ધ્યાનમાં લેવાતી નહોતી. આ હકીકત ધ્યાન પર આવતા ઘણા વિકાસશીલ દેશોએ 70ના દાયકાના અંત ભાગમાં અને 80ના દાયકાના પ્રારંભમાં વિકેન્દ્રિકરણની શરૂઆત કરી હતી. કયાં પગલાંઓ ભરવાથી કાર્યક્રમ સફળ રહેશે તે અંગે કેન્દ્રીય વહીવટી તંત્રમાં નજીવી જાણકારી પ્રવર્તતી હતી.

વિકેન્દ્રિકરણ કરવા પાછળનાં વિવિધ કારણોઃ

ક. નાણાકીય પરિબળ

- ખર્ચ અસરકારકતા, સંસાધનો તથા આવક ક્ષેત્રે સ્થાનિક એકમો પર વધુ નિયંત્રણ અને બહેતર ઉત્તરદાયિત્વ.

ખ. તકનીકી પરિબળ

- પ્રાદેશિક વહીવટદારોની આયોજન, વ્યવસ્થાપન અને સહનિર્દેશનની ક્ષમતામાં સુધારો કરવો તથા સેવાઓ લોકો સુધી પહોંચાડવી.
- સ્થાનિક કે વ્યક્તિગત જરૂરિયાતો સાથે સંકળાયેલી વધુ ઝડપી જાહેર સેવાઓ, જે કાર્યક્ષમતા વધારે છે.

ગ. રાજકીય

- ચૂંટાયેલા હોદ્દેદારોનાં ઉત્તરદાયિત્વ અને સહભાગિતા.
- પોતાની જરૂરિયાતોને વાચા આપવા માટે લોકો સ્વતંત્ર થાય અને તેમના પ્રતિનિધિઓ દ્વારા નિશ્ચિત સંસાધનો પ્રાપ્ત કરી શકે.
- વધુ લોકશાહી અને કાર્યક્રમોની સ્થાનિક માલિકીને વેગ.

કેન્દ્રિકરણની વિભાવના ચોકસાઈપૂર્વક સ્પષ્ટ કરવામાં આવી છે અને તેને સત્તા, સંસાધન અને ઑથોરિટીના કેન્દ્રિકરણ તરીકે

સમજવામાં આવે છે. વિકેન્દ્રિકરણ એટલે શું, તેની પાછળનાં કારણો કયાં છે અથવા તો તેના પર શું અસરો પડી શકે છે તે અંગે સામાન્ય સમજનો અભાવ પ્રવર્તે છે. સામાન્યપણે તેને એવી બાબત ગણવામાં આવે છે, જે કેન્દ્રિય તેમ જ સ્થાનિક એમ બંને વહીવટોને લોકશાહીકરણ તરફ, ઉચ્ચ કાર્યક્ષમતા તરફ અને જાહેર સંસાધનોના વપરાશ અને સેવા પૂરી પાડવામાં સમાનતા તરફ પ્રેરે છે.

વિકેન્દ્રિકરણનાં સ્વરૂપો

વિકેન્દ્રિકરણનાં ઘણાં સ્વરૂપો હોઈ શકે છે, જેનો આધાર વિકેન્દ્રિકૃત કાર્યોના સ્વરૂપ પર, સ્થાનિક સરકારો દ્વારા તે કાર્યો પર રાખવામાં આવતા નિયંત્રણ પર અને જે સંસ્થાને જવાબદારીઓ સોંપવામાં આવેલી હોય છે તે સંસ્થાના પ્રકાર પર રહેલો હોય છે. વિકેન્દ્રિકરણ અંગેના સાહિત્યમાં સામાન્યપણે વિકેન્દ્રિકરણના જે ત્રણ સ્વરૂપો દર્શાવવામાં આવે છે, તે આ પ્રમાણે છેઃ વહીવટી સ્વરૂપ, રાજવિત્તીય સ્વરૂપ અને રાજકીય સ્વરૂપ.

1. વહીવટી વિકેન્દ્રિકરણ

વિકેન્દ્રિકરણનો આ પ્રકાર આ ત્રણ કેટેગરીમાં વિભાજિત છે - ડિકોન્સેન્ટ્રેશન, સત્તાની સોંપણી અને કામગીરીની સોંપણી.

ક. ડિકોન્સેન્ટ્રેશનઃ એ કેન્દ્ર સરકારની કેટલીક વહીવટી જવાબદારીઓ તથા સત્તાઓ સ્થાનિક સરકારોને કે મંત્રાલય કે વિભાગની ક્ષેત્ર કચેરીઓ (ફિલ્ડ ઑફિસ)ને સોંપવાની પ્રક્રિયા છે. માર્ગદર્શિકા હેઠળ કાર્યક્રમનાં અમલીકરણ અને આયોજન માટે તે અમુક સ્વતંત્રતા જરૂર પૂરી પાડે છે, પરંતુ સ્વાયત્તતા નથી પૂરી પાડતી. વધુ કાર્યક્ષમતા હાંસલ કરવા માટે ડિકોન્સેન્ટ્રેશનના આધારે ઘણા કેન્દ્રીય કાર્યક્રમો ઘડવામાં આવ્યા છે. મોટાભાગનાં મંત્રાલયો રાજ્ય, જિલ્લા અને તાલુકા કક્ષાએ એકમો ધરાવે છે, જેમને રાષ્ટ્રીય કાર્યક્રમોનો અમલ કરવાની જવાબદારી સોંપવામાં આવી છે.

ખ. સત્તાની સોંપણીઃ એ નિશ્ચિત કાર્યોના સંચાલનની જવાબદારી, સામાન્ય અમલદારી માળખાં બહારની સંસ્થાઓને સોંપવાની પ્રક્રિયા છે. જ્યારે, મૂળભૂત જવાબદારી સર્વોપરી સત્તા પાસે યથાવત્ રાખવામાં આવે છે. વ્યવસાય જેવાં માળખાંઓનાં કેટલાંક કાર્યો કરવા માટે કોર્પોરેશન, સ્પેશ્યલ પર્પઝ વ્હીકલ અને ઑથોરિટીની રચના કરવામાં આવે છે. ઘણા દેશોમાં સરકારી હૉટેલ, હૉસ્પિટલો, માર્ગ પરિવહન, રેલવે માર્ગો, ઍરલાઇન્સ, ટીવી સ્ટેશનો વગેરેનું સંચાલન સમાંતર સત્તા-તંત્રો દ્વારા કરવામાં આવતું હોય છે. ભારતમાં, ડિસ્ટ્રિક્ટ

રૂરલ ડેવલપમેન્ટ એજન્સી (ડીઆરડીએ-જિલ્લા ગ્રામ વિકાસ એજન્સી) એ ગ્રામ વિકાસ વિભાગ દ્વારા સત્તાની સોંપણીનું સુયોગ્ય ઉદાહરણ કહી શકાય. વંચિત વર્ગોને વિના મૂલ્યે કાયદાકીય સહાયની સેવા પૂરી પાડવા માટે રાજ્યોએ લિગલ સર્વિસ ઑથોરિટીની રચના કરી છે. આ ઉપરાંત, અન્ય ઉદાહરણોમાં જાહેર સાહસો, હાઉસિંગ ઑથોરિટી અને પ્રાદેશિક વિકાસ નિગમો (કૉર્પોરેશન)નો સમાવેશ થાય છે.

ગ. કામગીરીની સોંપણીઃ એ કાયદેસર રીતે અલાયદા સ્વાયત્ત એકમની રચના કરવાની પ્રક્રિયા છે, જેના પર કેન્દ્રીય સત્તા, પરોક્ષ નિયંત્રણ ધરાવે છે. તે ભૌગોલિક સીમા સાથેના સ્થાનિક એકમ તરીકે ઓળખાય છે અને આ એકમો સરકારનાં અન્ય એકમો સાથે રાજકીય રીતે વ્યવહાર કરે છે. સ્થાનિક એકમો વિકાસની પ્રક્રિયામાં નાગરિકોની સહભાગિતાને વેગ આપે છે. સ્થાનિક વહીવટને સત્તાઓ સોંપવા માટે 73મા અને 74મા સુધારા હેઠળ પંચાયતી રાજ સંસ્થાઓ તેમ જ નગરપાલિકાઓની રચના કરવામાં આવી છે. આ સ્થાનિક એકમોને નિશ્ચિત વિભાગનાં કયાં કાર્યો કે પ્રવૃત્તિઓ સોંપવામાં આવ્યાં છે તથા શું આ એકમોને કાર્યો હાથ ધરવા માટે પૂરતું ભંડોળ તથા કર્મચારીઓ પૂરાં પાડવામાં આવે છે કે કેમ તે

અંગેનું આલેખન કામગીરીની સોંપણીનું પ્રમાણ સમજવામાં મદદરૂપ થઈ શકે છે.

ખાનગીકરણ એ પણ વિકેન્દ્રિકરણનું જ એક સ્વરૂપ છે. તેમાં સરકારે નિશ્ચિત કાર્યો કરવા માટેની જવાબદારી સ્વૈચ્છિક સંસ્થાઓ સહિતની ખાનગી સંસ્થાઓને આપી હોય છે. ઘણા દેશોમાં પ્રાથમિક આરોગ્ય, પ્રાથમિક શિક્ષણ, કર અને ભાડાં વસૂલવાં વગેરે જેવી પાયાની સેવાઓની જવાબદારી ખાનગી અને સ્વૈચ્છિક સંસ્થાઓને સોંપવામાં આવે છે. બાંગ્લાદેશમાં ખાનગી નાણાકીય સંસ્થાઓ, એ ગરીબ લોકોને ધિરાણ માટેનો મુખ્ય સ્રોત છે. ખાનગીકરણમાં ઘણી વખત નિયમ આધિનતાનો અભાવ જોવા મળે છે, જેના કારણે સેવાની જોગવાઈમાં કાનૂની દબાણ ઘટે છે તેમ જ અગાઉ સરકારી કે નિયમન ધરાવતાં એકમો દ્વારા પૂરી પાડવામાં આવતી સેવાઓ માટે ખાનગી સપ્લાયરોમાં સ્પર્ધાને પણ પ્રોત્સાહન મળે છે.

2. રાજવિત્તીય વિકેન્દ્રિકરણકરણ:

કેન્દ્ર સરકાર જે માત્રા સુધી બિન-કેન્દ્રિય સરકારી સંસ્થાઓને રાજવીત્તિય પ્રભાવ સોંપે છે તેને રાજવિત્તીય વિકેન્દ્રિકરણ કહે છે. આ માટે આવક અને ખર્ચ એ શ્રેષ્ઠ માપદંડ બની રહે છે તેમ જ તે રાજવિત્તીય વિકેન્દ્રિકરણનાં મુખ્ય પાસાં છે. પેટા રાષ્ટ્રીય ખર્ચ

અને આવકના હિસ્સાનું પ્રમાણ વધારે હોય, તો કેન્દ્ર સરકારથી અલગ રાજવિત્તીય પ્રભાવ તરફનું સ્થળાંતર પણ એટલું જ વધારે રહે છે.

3. રાજકીય વિકેન્દ્રિકરણ:

વિકેન્દ્રિત રાજકીય વ્યવસ્થામાં સ્થાનિક સ્તરે રાજકીય ક્ષેત્રે જોડાયેલા લોકો અને પ્રશ્નો મહત્ત્વના બની રહે છે અને રાષ્ટ્રીય કક્ષાના રાજકીય કર્તાઓ કરતાં તેઓ પ્રમાણમાં વધુ સ્વતંત્રતા ભોગવે છે. નાગરિકો, સ્થાનિક વિષયોના આધારે હિતો તથા સ્વરૂપની ઓળખ નક્કી કરે છે તેમ જ પક્ષો અને સામાજિક આંદોલનો જેવાં સંગઠનો સ્થાનિક કક્ષાએ કામ કરે છે. તેઓ સ્થાનિક મુદ્દાઓમાં અને સ્થાનિક ચૂંટણીઓમાં ભાગ લે છે. ચૂંટણીઓ જુદીજુદી કક્ષાએ થતા પ્રતિનિધિત્વની સૌથી સચોટ સૂચક હોય છે. વળી, તે કેટલાંક રાજકીય કાર્યો વિકેન્દ્રિકૃત થવાની શક્યતામાં પણ વધારો કરે છે. ચૂંટણી થકી નાગરિકોનાં હિતો, વહીવટી અને કાયદાકીય સત્તા પ્રાપ્ત કરે છે. ચૂંટણી એ લોકશાહીકરણનો ભાગ છે, જે દર્શાવે છે કે સ્થાનિક સરકારો તેમના મતદારો વતી કામગીરી કરવાનો અધિકાર ધરાવે છે. ઘણી વખત, સત્તાની અસરકારક સોંપણી માટે ઉપરોક્ત સ્વરૂપોનું મિશ્રણ આવશ્યક થઈ પડે છે. જેમ કે, રાજવિત્તીય સત્તા સોંપણી વિના

વહીવટી સત્તા સોંપણી અસરકારક બની શકે નહીં. જો સ્થાનિક એકમોને તેમનાં પોતાનાં આવક અને ખર્ચનું વ્યવસ્થાપન કરવાની છૂટ આપવામાં આવે, તો વહીવટી અને રાજવિત્તીય સત્તાઓનો બહેતર અમલ થાય તેવી શક્યતા રહેલી છે. ઉપરાંત, અંશતઃ કે પૂર્ણ રાજકીય સત્તા સોંપણી થકી વહીવટી સત્તા સોંપણીને પણ મજબૂત કરી શકાય છે. રાજકીય સત્તા સોંપણી બહેતર આયોજન અને ફાળવણી તરફ દોરશે, જે માલિકી ભાવના ઉત્પન્ન કરશે. તે જ રીતે સ્થાનિક એકમો તેમનાં સંસાધનોને શોષણ સામે રક્ષણ પૂરું પાડી શકે તે નિયમનકારી સત્તા-સોંપણીએ સુનિશ્ચિત કરવું જોઈએ.

વિકેન્દ્રિકરણનું મૂલ્યાંકન

વિકેન્દ્રિકરણમાં અમુક સત્તાધારી વ્યક્તિઓ દ્વારા અન્ય સત્તાધારી વ્યક્તિઓને સત્તા (રાજકીય, વહીવટી અને રાજવિત્તીય)ની સોંપણી કરવામાં આવતી હોવાથી સત્તા છોડનારા વ્યક્તિઓને ભય વર્તાય એ સ્વાભાવિક છે. શરૂ કરવામાં આવેલી ઘણી નવતર પહેલોનો વિકેન્દ્રિકરણની અપેક્ષા મુજબ લાભ ન મળે તેવું બની શકે છે. સત્તામાં જરૂરી હોય તેવાં પરિવર્તનો ઈચ્છિત દિશામાં કે ઈચ્છિત પ્રમાણમાં અસરકારક સાબિત નથી થતાં.

વિશ્વ બેન્કનો અભ્યાસ દર્શાવે છે કે, 75 વિકાસશીલ દેશોમાંથી 12 દેશોને બાદ કરતાં બાકીના તમામ દેશો રાજકીય સત્તાની સોંપણી કોઈને કોઈ સ્વરૂપે સરકારનાં સ્થાનિક એકમોને કરતા હોવાનો દાવો કરે છે. વિકેન્દ્રિત માળખાંઓ સત્તાનું કેન્દ્રિકરણ કરવાનાં માધ્યમો બન્યાં હોવાનાં સેંકડો ઉદાહરણો મોજૂદ છે. તે જ રીતે, સરકારી અધિકારીઓ નિર્ણય લેતા હોય અને સ્થાનિક પ્રતિનિધિઓને નિર્ણય લેવાની તક જ ન મળતી હોય તેવી સમિતિઓ સ્થાનિક કે પ્રાદેશિક સ્તરે રચાઈ હોવાના તથા સહભાગિતા અસરકારક હોય, પરંતુ સંસાધનો બિલકુલ ઉપલબ્ધ ન હોય તેવાં પણ અસંખ્ય ઉદાહરણો છે.

વિકેન્દ્રિકરણમાં કાર્યક્રમોનો અમલ કરવા માટે નીચેના સ્તરે અસરકારક વ્યવસ્થાપન ઊભું કરવાથી માંડીને લોક કેન્દ્રી વિકાસ માટે નિમ્ન સ્તરીય રાજકીય વ્યવસ્થાના સર્જન સુધીની ભિન્નતા હોઈ શકે છે. વિકેન્દ્રિકરણનું સ્વરૂપ ચાહે કોઈ પણ હોય, પણ નીતિ ઘડવા માટે સત્તાની સોંપણીના પ્રમાણ અને સ્વરૂપ પરથી તેની અસરકારકતા નક્કી કરી શકાય છે. નીતિ ઘડવા માટેની સત્તામાં કાયદો ઘડવો તથા તેના અમલની સત્તાઓ, આવક ઊભી કરવાની તથા ખર્ચ અંગેની નાણાકીય સત્તા અને નિમણૂકો, બદલી, દેખરેખ, શિસ્ત તેમ જ સેવાની શરતો સંબંધિત સ્ટાફ પરની સત્તાનો

સમાવેશ થાય છે. વિકેન્દ્રિકરણના સ્વરૂપનો આધાર નીચેની બાબતો પર રહે છે:

- સત્તા કોને સોંપવામાં આવી છે (વિકેન્દ્રિકરણની રૂપરેખા પ્રક્રિયા) અને

- સત્તાઓ કેવી રીતે વિકેન્દ્રિકૃત કરવામાં આવી છે (વહીવટી આદેશ દ્વારા કે પછી સ્થાનિક સરકાર અધિનિયમ દ્વારા)

વિકેન્દ્રિકરણ પરના મોટાભાગના સાહિત્યમાં મુખ્યત્વે પરિણામ અને કામગીરીને બદલે લાભ અને વિવરણ પર ભાર મૂકવામાં આવે છે. વિકેન્દ્રિકરણમાં અનુસરવામાં આવતાં વિવિધ પગલાંઓ વિશે જાણકારી મેળવવા માટે તથા પરિણામ પર તેના પ્રભાવ વિશે જાણવા માટે વિકેન્દ્રિકરણ સુધારણાનું મૂલ્યાંકન કરવું જરૂરી છે. વિકેન્દ્રિકરણનું મૂલ્યાંકન કરવા માટે વિદ્વાનો તથા વ્યવસાયીઓ દ્વારા કેટલાંક માળખાં સૂચવવામાં આવ્યાં છે. તે પૈકીના મોટાભાગના લોકો સફળ વિકેન્દ્રિકરણ માટે રાજકીય, વહીવટી અને રાજવિત્તીય - આ ત્રણેય ક્ષેત્રોમાં સત્તાની સોંપણી (અથવા સત્તાની બદલી)ને આવશ્યક માને છે. કેટલાંક લોકો માને છે કે આ ત્રણેય સ્વરૂપોનો અમલ સાથે થવો જોઈએ.

ઉપરોક્ત ચાર સ્વરૂપોના આધારે વિકેન્દ્રિકરણનું વર્ગીકરણ કરવું એ વિકેન્દ્રિકરણનું મૂલ્યાંકન કરવા માટેના માપદંડો વિકસાવવા

જેટલું મહત્ત્વપૂર્ણ નથી. વિકેન્દ્રિકરણના મૂલ્યાંકન માટેના માપદંડો, પ્રક્રિયાની સુદ્રઢતાના સૂચકો પૂરા પાડે છે.

વિકેન્દ્રિકરણનું મૂલ્યાંકન કરવાનો એક સૂચિત માર્ગ વિકેન્દ્રિકરણના પ્રમાણની અવિચ્છિન્ન સ્વરૂપ તરીકે સમીક્ષા કરવાનો છે, જેમાં કેન્દ્ર અને સ્થાનિક સરકાર વચ્ચે સત્તાની વહેંચણી થાય છે. સમીક્ષામાં આ મુદ્દાઓ ધ્યાન પર લઈ શકાય - 1) સ્થાનિક એકમ પ્રતિભાવ અનુસાર સેવાઓ અને અંદાજ પત્રો (બજેટ)માં સુધારો કરવાની કેટલી વહીવટી સત્તા ધરાવે છે? તેમ જ પોતાના કર્મચારીઓને સૂચના આપીને કાર્ય દેખાવ સુધારવાનો કેટલો પ્રયત્ન કરી શકે છે? 2) શું સ્થાનિક એકમ તેની પૂરતી સંભવિતતા સાથે કામ કરવા માટે પૂરતાં સંસાધનો ધરાવે છે? જો ના, તો શું પોતાની આવક વધારવા માટે તે પૂરતી લવચિકતા ધરાવે છે? કે પછી તે પરાણે લાદવામાં આવેલું અંદાજ પત્ર (બજેટ) ધરાવે છે? જો આ પ્રશ્નોના જવાબો હકારાત્મક હોય, અર્થાત્, જો સ્થાનિક એકમ, ઉપર જણાવેલાં ક્ષેત્રોમાં પૂરતી લવચિકતા ધરાવતું હોય, તો વિકેન્દ્રિકરણનું પ્રમાણ ઊંચું કહી શકાય. કેટલું વિકેન્દ્રિકરણ થઈ ચૂક્યું છે અને તેને અસરકારક બનાવવા માટે કેટલું વધુ વિકેન્દ્રિકરણ કરવું જરૂરી છે તે નક્કી કરવા માટે આ દ્રષ્ટિકોણ ઘણો ઉપયોગી થઈ પડે છે.

વિકેન્દ્રિકરણનું મૂલ્યાંકન કરવા માટે નીચેનાં પરિબળો સમજવાં જરૂરી છે:

1. નિયત રાજકીય વ્યવસ્થામાં નીચલા સ્તરનાં માળખાંઓને સ્વાયત્તતા પૂરી પાડવા માટે કેટલી રાજકીય સહાય પૂરી પાડવામાં આવે છે?

2. જે-તે સ્તરે ફાળવવામાં આવેલી કામગીરી હાથ ધરવા માટે વહીવટી અસરકારકતા કેટલી હોય છે?

3. લોકોને આપવામાં આવતા પ્રતિભાવમાં સુધારો કરવા માટે કઈ વ્યવસ્થાનો અમલ કરવામાં આવ્યો છે?

4. જેમને કાર્યો સોંપવામાં આવ્યાં છે તે લોકો સ્વ-નિર્ધારણ માટે કેટલી સત્તા ધરાવે છે?

5. શું કાર્યો કરવા માટે પૂરતું નાણાકીય ભંડોળ અને પૂરતો સ્ટાફ છે?

વિકેન્દ્રિકરણ અંગે સંશોધન કરતા બે સંશોધકો - અરૂણ અગરવાલ અને જેસ્સી સી. રિબોટના મતે, સંબંધિત લોકો, સત્તા અને ઉત્તરદાયિત્વ એ વિકેન્દ્રિકરણ માટેનાં ત્રણ મહત્ત્વનાં પરિબળો છે. પોતાના અધિકાર ક્ષેત્ર હેઠળની વસતિને જવાબદાર હોય તેવા સંબંધિત લોકો અને સરકાર દ્વારા નિયુક્ત વ્યક્તિઓને સોંપવામાં

આવતી સત્તા વચ્ચે મૂળભૂત તફાવત પ્રવર્તે છે. સામાન્ય રીતે ચૂંટણીને એવી વ્યવસ્થા ગણવામાં આવે છે, જે રાજકીય વિકેન્દ્રિકરણમાં ઉત્તરદાયિત્વ સુનિશ્ચિત કરે છે. સમાનતા, વિકાસ, સંસાધન વ્યવસ્થાપન અને કાર્યક્ષમતા વધારવા માટે જાહેર નિર્ણયોમાં લોકોની સહભાગિતા વધારવાની જોગવાઈ એ વિકેન્દ્રિકરણનું અન્ય મહત્ત્વનું પરિબળ છે.

અગરવાલ અને રિબોટ, વિકેન્દ્રિકરણની પ્રક્રિયામાં સરકારી સ્ટાફથી લઈને ચૂંટાયેલા અધિકારીઓ, સ્થાનિક સ્તરે વગદાર વ્યક્તિઓ, સમુદાય આધારિત જૂથો, સહકારી મંડળીઓ, કૉર્પોરેટ એકમો અને સંબંધિત વ્યક્તિઓની બહોળી શ્રેણી વિશે જણાવે છે. આમ, તેમનાં માળખાંમાં વિકેન્દ્રિકરણના રાજકીય સ્વરૂપ પર ભાર મૂકવામાં આવ્યો છે. સંબંધિત વ્યક્તિઓ વિશેનાં વિવિધ પાસાંઓ વિશે સમજ મેળવવી જરૂરી છે. તે પૈકીનાં કેટલાંક પાસાં નીચે પ્રમાણે છેઃ

- સત્તાઓ વ્યક્તિને આપવામાં આવી છે કે જૂથને આપવામાં આવી છે કે કાર્યકારી સંસ્થાને આપવામાં આવી છે?
- તેમની માન્યતાઓ તથા ઉદ્દેશ્યો શું છે?

- મતદારોનાં હિતોનું પ્રતિનિધિત્વ કરવાની પ્રેરણા તેમને ઉત્તર-દાયિત્વમાંથી મળે છે કે ઉપરથી મળતા પ્રોત્સાહનમાંથી મળે છે?

- શું આ સંબંધિત વ્યક્તિઓને સત્તાની સોંપણી, વર્તમાન અન્યાયી વ્યવસ્થાને કાયમી બનાવે છે?

નિર્ણય લેવાની સત્તાને તેઓ વિકેન્દ્રિકરણનો વધુ કેન્દ્રીય ભાગ ગણે છે. આ સત્તાઓનું માપન આ રીતે થઈ શકે છેઃ

(ક) નિયમો ઘડવાની અથવા તો જૂના નિયમોમાં સુધારો કરવાની સત્તાઃ તેના કારણે નિયત સંસાધનો કે તકોનો લાભ કોણ અને કેટલો મેળવી શકે તે અંગેના નિર્ણયો નક્કી કરતો કાયદો સંબંધિત વ્યક્તિઓ ઘડી શકે છે.

(ખ) નિશ્ચિત સંસાધન કે તકનો ઉપયોગ કેવી રીતે કરવો તે અંગે નિર્ણય લેવાની સત્તાઃ જેમ કે, સ્થાનિક એકમને આવક ઊભી કરવાની વધુ સત્તાઓ આપવી તથા અંદાજ પત્ર વાપરવા માટે વધુ સત્તા આપવી. આ સત્તા રાજવિત્તીય વિકેન્દ્રિકરણની સમકક્ષ છે.

(ગ) નવા અથવા પરિવર્તિત નિયમોની માન્યતાનો અમલ કરવા તથા અમલ સુનિશ્ચિત કરવાની સત્તામાં અમલની સત્તાઓ અને

દેખરેખની સત્તાઓનો સમાવેશ થાય છે. આ ઉપરાંત, તેમાં કાયદાનું પાલન કરાવવાની સત્તાનો પણ સમાવેશ થાય છે.

(ઘ) પૂર્તતા સુનિશ્ચિત કરવાના તથા નિયમો ઘડવાના પ્રયત્નમાં ઊભી થતી તકરારાનો ન્યાય કરવાની સત્તાઃ જ્યારે સત્તામાં ફેરફારો થાય, ત્યારે સ્પર્ધા અને ચર્ચાઓ ન્યાયના ક્ષેત્રમાં આવે છે. સમર્પિત સત્તાઓથી પ્રભાવિત હોય તેવા મતદારો અપીલ કરી શકે છે કે કેમ, અને તેઓ ઑથોરિટી સુધીની પહોંચ ધરાવે છે કે કેમ તેની સમીક્ષા કરવી મહત્ત્વની બની રહે છે.

આ સૂચિત માળખામાં અધોમુખી ઉત્તરદાયિત્વને વિકેન્દ્રિકરણનું ચાવીરૂપ પાસું ગણવામાં આવે છે. લોકશાહી વિકેન્દ્રિકરણ માટે સંબંધિત વ્યક્તિઓ તેમના મતદારોને ઉત્તરદાયી રહે તે જરૂરી છે. પોતાના મતદારોને જવાબદાર ન હોય, અથવા તો સરકારી માળખાંની અંદર ફક્ત ઉપલી સત્તાને અથવા તો સ્વયંને જ જવાબદાર હોય તેવી વ્યક્તિઓને સત્તા આપવામાં આવે, તો વિકેન્દ્રિકરણ તેના સૂચિત ઉદ્દેશ્યો હાંસલ નથી કરી શકતું. આ ઉપરાંત, વિકેન્દ્રિકરણને અસરકારક બનાવવા માટે મતદારો ઉત્તરદાયિત્વનો અમલ સમતોલ સત્તા તરીકે કરી શકે તેવી શક્યતા હોવી જરૂરી છે.

આ સંશોધકોએ સંબંધિત વ્યક્તિઓ, સત્તા અને ઉત્તરદાયિત્વ પર આધારિત વિકેન્દ્રિકરણનું મૂલ્યાંકન કરવા માટે ઉત્તરાખંડમાં અલમોડા, નૈનિતાલ અને પિઠોરાગઢમાં વન પંચાયતનો અભ્યાસ કર્યો હતો. જંગલનું વ્યવસ્થાપન કરતી તથા નિયમન કરતી વિલેજ ફૉરેસ્ટ કાઉન્સિલ્સ (ગ્રામીણ વન સંસ્થાઓ)ની ચૂંટણી સ્થાનિક લોકો દ્વારા કરવામાં આવે છે. ઘાસચારો, બળતણ માટેનાં લાકડાં અને ઇમારતી લાકડાં પર ભૌગોલિક હદના આધારે તેઓ અધિકાર ક્ષેત્ર ધરાવે છે. જંગલનો ઉપયોગ, નિયમ ભંગ કરનાર પાસેથી દંડ વસૂલવો, આવક ઊભી કરવી વગેરે જેવી બાબતો અંગે સરકાર દ્વારા વિલેજ કાઉન્સિલને સત્તાઓ આપવામાં આવી છે. કાઉન્સિલ દ્વારા ગાર્ડ્ઝ રોકવા, નિયમ ભંગ કરનારાઓ પાસેથી દંડ વસૂલવો, નાણાકીય બાબતો સંભાળવી, બેઠકોના રેકોર્ડ્ઝ જાળવવા, ગાર્ડ્ઝને ચૂકવણી કરવી વગેરે જેવી કામગીરી થાય છે. ઉપરાંત, તે ગામમાં શાળાની ઇમારત બાંધવા જેવાં જાહેર કાર્યો હાથ ધરવા માટે પણ આવકનો ઉપયોગ કરે છે. કાઉન્સિલ, ઔપચારિક સત્તા-સાંકળ પર નિર્ભર રહેવું પડતું હોય તે સિવાયની તમામ સત્તાઓ ધરાવે છે. સ્થાનિક જંગલના સંદર્ભમાં નિયમો ઘડવા અને તેનો અમલ કરવા માટેની ઔપચારિક સત્તા પણ આ કાઉન્સિલ ધરાવે છે. સમયાંતરે થતી ચૂંટણીઓ દ્વારા તેઓ

ગ્રામજનોને જવાબદાર રહે છે. કાઉન્સિલના સભ્યોની કામગીરી અંગે ગ્રામજનો બેઠક યોજી શકે છે અને ફરિયાદ પણ કરી શકે છે. નિયુક્ત કરવામાં આવેલા ગાર્ડ્ઝ ઉપરાંત, ગામનાં લોકો પણ જંગલમાં ચાલી રહેલી પ્રવૃત્તિઓની દેખરેખ કરવા માટે જંગલની મુલાકાત લે છે. દેખરેખના આધારે મળેલી માહિતી કે ફરિયાદના આધારે કાઉન્સિલ, જંગલનું રક્ષણ કરવામાં બેદરકારી દાખવનાર ગાર્ડ્ઝ સામે પગલાં ભરે છે. અભ્યાસુઓ, વિકેન્દ્રિકરણની નીતિઓ શરૂ કરવા તરફ દોરનારાં પરિબળો પર ભાર મૂકે છે. ઉપર જણાવેલા ઉદાહરણમાં, રાજકીય પરિવર્તન માટેની માગણીને પગલે વિકેન્દ્રિકરણની નીતિઓ શરૂ કરવામાં આવી હતી. લોકોની જરૂરિયાતોનું પ્રતિબિંબ પાડતા સંબંધિત લોકો વિકેન્દ્રિકરણની નીતિઓ થકી કેટલા સક્ષમ છે તે જાણવું પણ ઉપયોગી નીવડે છે. સરકાર દ્વારા લેવાયેલાં નીતિ-વિષયક નિર્ણયો વિકેન્દ્રિકરણને આકાર આપે છે કે કેમ, વિકેન્દ્રિકરણને સાકાર કરવા માટે નિશ્ચિત ક્ષેત્રમાં સુધારણાનું વિશ્લેષણ કરીને જરૂરી પગલાંઓ ભરવા માટે ઊણપો શોધવામાં મદદ કરે છે કે કેમ તે જાણવા માટે અને ક્ષેત્રોનાં વિકેન્દ્રિકરણ કાયદાઓનું વિશ્લેષણ કરવા માટે માળખું ઉપયોગી બની શકે છે. ઉપરોક્ત પરિબળોના આધારે કોઈ પણ વિસ્તારમાં વિકેન્દ્રિકરણના પ્રમાણનું મૂલ્યાંકન કરી શકાય છે.

ઉપર જણાવેલી તમામ 4 પ્રકારની સત્તામાં, સત્તાના દરેક પ્રકારને કેટલી સત્તા સોંપવામાં આવી છે તે જાણવા માટે વિશ્લેષણ કરી શકાય છે. આ ઉપરાંત, જે કક્ષાએ સત્તા સોંપવામાં આવી છે તે કક્ષાએ ભંડોળ અને સ્ટાફ પ્રાપ્ય છે કે કેમ, અધોમુખી ઉત્તરદાયિત્વ માટે અવકાશ છે કે કેમ તથા ક્ષમતાના કયા પ્રશ્નો છે તે પણ વિશ્લેષણના આધારે જાણી શકાય છે. જેમ કે, શિક્ષણના ક્ષેત્રમાં નીચે જણાવેલી સત્તાઓના સંદર્ભમાં ઉપરોક્ત તમામ પાસાંઓની સમીક્ષા અને મૂલ્યાંકન કરી શકાય છેઃ (ક) શાળાની ઇમારતના બાંધકામ માટેની મંજૂરી (ખ) માળખાકીય સુવિધા માટેનો પુરવઠો મેળવવો (ગ) શાળામાં નવા વિષયો શરૂ કરવા માટે પરવાનગી આપવી.

જો પોતાની આવક વધારવા માટે સંસાધનોની ફાળવણીમાં જાહેર ઉત્તરદાયિત્વ તેમ જ પારદર્શિતાનો અભાવ જોવા મળે, તો વિકેન્દ્રિકરણ નિષ્ફળ નીવડવાની શક્યતા રહે છે. આ ઉપરાંત, સેવા પૂરી પાડવા માટે ક્ષમતાનો અભાવ હોય તે વિકેન્દ્રિકરણ સામેનો અન્ય મોટો પડકાર છે. કાર્યક્રમના લાભ વિશે સેવા પૂરી પાડનાર અને સેવા પ્રાપ્ત કરનારના દ્રષ્ટિકોણમાં રહેલું અંતર પણ વિકેન્દ્રિકરણ માટે મોટો અવરોધ બની રહે છે. વિકેન્દ્રિકૃત કાર્યક્રમોના અમલીકરણમાં ચૂંટાયેલી રાજકીય પાંખ અને વહીવટી

પાંખ વચ્ચેનો સંઘર્ષ કામગીરી માટે જોખમી પુરવાર થાય છે. નિશ્ચિત સંદર્ભમાં વિકેન્દ્રિકરણના લાભ જાણવા માટે આ પરિબળોનું મૂલ્યાંકન કરવું જરૂરી છે.

<u>3.</u> કામનાં સ્થળે મહિલાઓની જાતીય સતામણી (અટકાયત, પ્રતિબંધ અને નિવારણ) કાયદો - 2013: કેટલીક મહત્ત્વની જોગવાઈઓ

આ લેખ ડૉ. તૃપ્તિ શાહ દ્વારા તૈયાર કરવામાં આવ્યો છે. તેઓ વડોદરા સ્થિત 'સહિયર' (સ્ત્રી સંગઠન) સાથે સંકળાયેલાં છે, તેઓ ગુજરાતમાં અને ગુજરાત બહાર, પીડિત વર્ગોનાં આંદોલન ક્ષેત્રે સક્રિય કાર્યકર્તા છે. અહીં તેમણે 'The Sexual Harassment of Women at Workplace (prevention, Prohibition and Redressal) Act, 2013' વિશે મહત્ત્વની જોગવાઈઓ વિશે માહિતી આપી છે.

જાતીય સતામણી અને જાતીય શોષણથી સ્ત્રીના મૂળભૂત અધિકારોનો ભંગ થાય છે. આ એક વ્યાપક સમસ્યા છે. કેટલાક અભ્યાસો મુજબ 40 ટકાથી 60 ટકા સ્ત્રીઓ કામના સ્થળે જાતીય સતામણી કે જાતીય શોષણનો ભોગ બને છે, પરંતુ આ એક એવો ગુનો છે કે જે ચૂપકીદીથી ચાદર હેઠળ ઢંકાયેલો રહે છે. જાતીય

હિંસા એ સ્ત્રીને વ્યક્તિ નહીં, પરંતુ *ચીજ* કે *વસ્તુ* અને કુટુંબ કે સમુદાયની મિલકત માનવાની માનસિકતાનું પરિણામ છે. જાતીય હિંસાને ગુના તરીકે જોવાને બદલે તેને સ્ત્રીની *ઈજ્જત* સાથે જોડી દેવાની માનસિકતાને પરિણામે આ ગુનાનો ભોગ બનનાર સ્ત્રી માટે ન્યાય માંગવો ખૂબ મુશ્કેલ બની જાય છે.

કામના સ્થળે જ્યારે જાતીય હિંસા કે જાતીય શોષણ થાય ત્યારે એક વધારાની મુશ્કેલી એ આવે છે કે તે સ્ત્રીની રોજી-રોટી સાથે તેની આજીવિકા સંકળાઈ જાય છે. આવા સંજોગોમાં જો ન્યાય મળવાનું માળખું ન હોય તો સ્ત્રી પાસે નોકરી કે રોજગારી છોડી દેવી અથવા છોડી ન શકે તેવી મજબૂરી હોય તો ચૂપચાપ સહન કરવું એમ બે જ વિકલ્પો રહે છે. ભારતમાં પહેલી વાર આ વાતનો સ્વીકાર તા. 13-8-1997ના રોજ સુપ્રિમ કોર્ટના - writ petition (criminal) nos. 666-70 of 1992, Vishaka & Ors. Vs State of Rajasthan & Ors.- વિશાખા જજમેન્ટ તરીકે જાણીતા ચુકાદામાં કરવામાં આવ્યો. આ ચુકાદાથી પ્રથમ વખત કામના સ્થળે થતી જાતીય હિંસાને કાયદાનું સ્વરૂપ મળ્યું અને આ જ ચુકાદામાં ભારતની સંસદને આ અંગે કાયદો બનાવવાની ભલામણ કરવામાં આવી હતી.

આ કેસ રાજસ્થાનમાં 'મહિલા વિકાસ કાર્યક્રમ'માં કામ કરતી સંઘર્ષશીલ મહિલા ભંવરીદેવીની લડતનું પરિણામ હતો. રાજસ્થાન સરકારના 'મહિલા વિકાસ કાર્યક્રમ'ના કાર્યકર તરીકે જ્યારે ભંવરીદેવીએ ગામમાં થતા બાળલગ્નોનો વિરોધ કર્યો ત્યારે ગામના મુખી સહિત વર્ચસ્વ ધરાવનાર જ્ઞાતિના આગેવાનોએ તેને *પાઠ ભણાવવા* તેની ઉપર સામૂહિક બળાત્કાર કર્યો. પ્રામાણિકપણે પોતાની ફરજ બજાવીને બાળલગ્નના કાયદાનું પાલન કરાવવાના પ્રયત્ન બદલ સામૂહિક બળાત્કારનો ભોગ બનેલી આ સ્ત્રી-કાર્યકરને રાજસ્થાન સરકાર તરફથી કોઈ મદદ તો ના મળી, પરંતુ દિવસો સુધી તેના કેસમાં એફ.આઈ.આર. પણ નોંધવામાં ન આવી. રાજસ્થાન અને ત્યારબાદ દેશભરનાં સ્ત્રી-સંગઠનોના ટેકાથી આ કેસ ચાલ્યો. ભંવરીદેવીને ટેકો આપનાર 'વિશાખા' નામની સંસ્થાએ સુપ્રિમ કોર્ટમાં કેસ દાખલ કર્યો અને માગણી કરી કે કામના સ્થળે થતી જાતીય સતામણી અને શોષણ રોકવાની જવાબદારી માલિકોની છે. આ કેસના ચુકાદામાં જાતીય સતામણી રોકવાનું માળખું અને ગાઈડલાઈન સુપ્રિમ કોર્ટે જાહેર કર્યા અને તમામ કામનાં સ્થળોએ 'જાતીય સતામણી વિરોધી સમિતિ'ની રચના કરવા હુકમ કર્યો. આ વર્ષો દરમ્યાન સુપ્રિમ કોર્ટના

ચુકાદાનો અમલ ખૂબ ઓછા કામનાં સ્થળોએ કર્યો છે અથવા અધકચરો જ કર્યો છે.

ઉપરાંત, આપણા દેશમાં 90 ટકા કરતાં વધારે સ્ત્રીઓ અસંગઠિત ક્ષેત્રમાં કામ કરે છે. તેમના માટે કામના સ્થળની વ્યાખ્યા અલગથી કરવી પડે. વિશાખા જજમેન્ટના અમલ માટેના પ્રયત્નો દરમ્યાન અનેક મુદ્દાઓ ધ્યાનમાં આવ્યા. તે અંગે દેશભરનાં સંગઠનોએ વખતો વખત ચર્ચાઓ કરી કાયદાના ખરડા બનાવ્યા અને તેને મંજૂર કરાવવા સરકારનાં વિવિધ ખાતાઓ, મંત્રીઓ સાથે મંત્રણા કરી, દબાણજૂથ ઊભું કર્યું, રજૂઆતો કરી, એમ સતત પ્રયત્નો બાદ આ કાયદો અસ્તિત્વમાં આવ્યો છે. આમ, ન્યાયી સમાજની રચના માટે "The Sexual Harassment of Women at Workplace (Prevention, Prohibition and Redressal)" કાયદો - 2013 ખૂબ મહત્ત્વનો બની જાય છે.

"The Sexual Harassment of Women at Workplace (Prevention, Prohibition and Redressal)" કાયદો - 2013માં વિશાખા જજમેન્ટની જેમ જ ભારતના બંધારણે બક્ષેલા 14 તથા 15 હેઠળના સમાનતાના અધિકાર, કલમ-21 હેઠળના ગૌરવપૂર્વક જીવન અને સ્વતંત્રતાના અધિકાર તેમ જ કલમ 19(1)(જી) હેઠળ

કોઈ પણ વ્યવસાય કે ધંધો કરવાના મૂળભૂત અધિકારો ઉપરાંત, માનવ અધિકારોના જતન માટે ભારત સરકારે સહી કરેલા 'સીડો' - Convention on Elimination of All Forms of Discrimination Against Women (CEDAW) જેવા આંતરરાષ્ટ્રીય કરારોનો આધાર લેવામાં આવ્યો છે.

1. જાતીય સતામણીની વ્યાખ્યા

પ્રસ્તુત કાયદાની કલમ-2(એન)માં નીચે મુજબની અનિચ્છનીય વર્તણૂંરૂ૦કોનો સમાવેશ જાતીય સતામણીમાં કરવામાં આવ્યો છેઃ

(1) શારીરિક સંપર્ક/સ્પર્શ કરવો કે તેમ કરવાની કોશિશ કરવી.

(2) જાતીય સંબંધ બાંધવાની માગણી કરવી, તેમ કરવા દબાણ કરવું.

(3) જાતીય અર્થવાળી ટકોર કરવી. (સેક્સ્યુઅલ કલર્ડ રીમાર્ક)

(4) અશ્લીલ ચિત્રો, ફિલ્મો બતાવવાં.

(5) ઉપર જણાવેલી તમામ વર્તણૂંરૂ૦ક ઉપરાંત, શરીર દ્વારા, શબ્દો દ્વારા કે તે સિવાય ઈશારા વગેરે દ્વારા કરેલો કોઈ પણ પ્રકારનો અનિચ્છનીય જાતીય વ્યવહાર, વર્તણૂંરૂ૦કનો જાતીય સતામણીમાં સમાવેશ થાય છે. ઉપરાંત, કલમ 3 (1) જાતીય

સતામણી રોકવા માટેની જોગવાઈની સાથે 3 (2)માં જાતીય સતામણીની સાથે, જો નીચે મુજબના સંજોગો અસ્તિત્વમાં હોય તો તેને પણ જાતીય સતામણી ગણી શકાય તેમ જણાવેલું છેઃ

ક. રોજગારીમાં બીજા કરતાં વધારે સારો, ખાસ પ્રકારનો વ્યવહાર કરવાનો ગર્ભિત કે સ્પષ્ટ વાયદો કરવો.

ખ. રોજગારીમાં બીજા કરતાં વધારે ખરાબ વ્યવહાર કરવાની ગર્ભિત કે સ્પષ્ટ ધમકી આપવી.

ગ. હાલના કે ભવિષ્યના કામના દરજ્જાના સંદર્ભમાં ગર્ભિત કે સ્પષ્ટ ધમકી આપવી.

ઘ. કામમાં દખલગીરી કરવી, અથવા ડરાવી-ધમકાવીને કામનું પ્રતિકૂળ વાતાવરણ ઊભું કરવું.

ચ. અપમાનજનક વ્યવહાર કરવો કે જેથી તેના સ્વાસ્થ્ય કે સલામતીને અસર થવાની સંભાવના હોય.

2. ફરિયાદ કોણ કરી શકે?

કાયદાની કલમ 2(એ) મુજબ પીડિત સ્ત્રી એટલે કે કામના સ્થળના સંદર્ભમાં કોઈ પણ ઉંમરની સ્ત્રી કે જે ત્યાં કામ કરતી હોય કે ન હોય.... એટલે કે ગ્રાહક હોય કે અન્ય કોઈ કામ માટે આવેલી હોય

તે તમામ સ્ત્રીઓનો સમાવેશ થાય છે. કાયમી કામદાર, કૉન્ટ્રાક્ટના કામદાર કે ટ્રેનિંગ માટે આવેલી સ્ત્રી પણ ફરિયાદ કરી શકે છે.

3. કાયદો કોને લાગુ પડશે?

કાયદાની કલમ 2(ઓ) મુજબ આ કાયદો

- તમામ પ્રકારની સરકારી, અર્ધસરકારી કે સરકારની સહાયથી ચાલતી સંસ્થાઓ કે તેની શાખાઓ, સહકારી સંસ્થાઓને લાગુ પડશે.

- તમામ ખાનગી ક્ષેત્રની કંપનીઓ, ઑફિસો, કારખાનાઓ, ટ્રસ્ટો કે બિન-સરકારી સેવા આપતી સંસ્થાઓ તેમ જ શૈક્ષણિક અને સ્વાસ્થ્ય સેવાઓ આપતી સંસ્થાઓને આ કાયદો લાગુ પડશે.

- અસંગઠિત ક્ષેત્રમાં સેવા આપતાં, ઉત્પાદન કરતા કે વેચાણ કરતા સેલ્ફ એમ્પ્લોઈડ કામદારો કે એવાં કામનાં સ્થળો જ્યાં કામદારોની સંખ્યા 10 કરતાં ઓછી હોય તે તમામને આ કાયદો લાગુ પડશે.

- કાયદાની કલમ-4માં પ્રત્યેક કામના સ્થળે, દરેક ખાતા કે વિભાગમાં આંતરિક ફરિયાદ સમિતિઓ બનાવવાની માલિકની ફરજ છે.

જાતીય શોષણથી મુક્ત સમાજ આપણો અધિકાર છે. કામના સ્થળે અને શિક્ષણ સંસ્થાઓમાં થતા જાતીય સતામણી અને જાતીય શોષણ, બંધારણની કલમ-14, 15 અને 21 હેઠળ મેળવેલા મૂળભૂત અધિકારોનો ભંગ છે.

4. આંતરિક ફરિયાદ સમિતિ કઈ રીતે બનશે?

કાયદાની કલમ-4(2) મુજબ આ સમિતિના મુખ્ય અધિકારી સ્ત્રી હોવી જોઈએ અને ઓછામાં ઓછા 50 ટકા સભ્યો સ્ત્રીઓ હોય તે જરૂરી છે. તેમાં ઓછામાં ઓછી એક સભ્ય, એવી સ્વૈચ્છિક સંસ્થામાંથી હોય કે જેને જાતીય સતામણીના કેસમાં કામ કરવાનો અનુભવ હોય.

5. સ્થાનિક ફરિયાદ સમિતિ

કાયદાની કલમ-5 હેઠળ દરેક જિલ્લા કક્ષાએ ડિસ્ટ્રિક્ટ મેજિસ્ટ્રેટ હેઠળની સ્થાનિક ફરિયાદ સમિતિ બનાવવાની જોગવાઈ છે. કામના સ્થળે દરેક વહીવટી વિભાગ અને ઉપવિભાગમાં તેમ જ જિલ્લામાં, દરેક તાલુકા અને શહેરના દરેક વૉર્ડમાં નોડલ અધિકારી નિમવાની જોગવાઈ છે. કાયદામાં સ્થાનિક સમિતિની જોગવાઈ દ્વારા એ મહત્ત્વની માગણી સ્વીકારવામાં આવી છે કે જ્યારે માલિક કે વહીવટદાર પોતે જ જાતીય શોષણ કરે ત્યારે

કામના સ્થળે બનેલી આંતરિક સમિતિ અસરકારક રહેતી નથી. ઉપરાંત, અનેક બહેનો અસંગઠિત ક્ષેત્રમાં કામ કરે છે, છૂટક કામ કરે છે. તેમના કામનું સ્થળ રોજેરોજ બદલાય છે. આવી અસંગઠિત ક્ષેત્રની બહેનો જે-તે વિસ્તારની સ્થાનિક સમિતિમાં ફરિયાદ કરી શકે છે. ઘર-નોકર તરીકે કામ કરનારી બહેનોના લાંબા સંઘર્ષ બાદ, અંતમાં તેમનો સમાવેશ પણ આ બીલમાં કરવામાં આવ્યો છે. તેઓ પણ આ કાયદા હેઠળ સ્થાનિક સમિતિમાં ફરિયાદ કરી શકશે.

6. સ્થાનિક ફરિયાદ સમિતિ કઈ રીતે બનશે?

- કાયદાની કલમ-5 મુજબ સરકાર ડિસ્ટ્રિક્ટ મેજિસ્ટ્રેટ, એડિશનલ ડિસ્ટ્રિક્ટ મેજિસ્ટ્રેટ, કલેક્ટર કે ડેપ્યુટી કલેક્ટરની આ કાયદા હેઠળ ડિસ્ટ્રિક્ટ ઑફિસર તરીકે નિમણૂંક કરશે.
- કાયદાની કલમ-6(1) મુજબ ડિસ્ટ્રિક્ટ ઑફિસર સ્થાનિક ફરિયાદ સમિતિ બનાવશે અને કલમ-6(2) મુજબ દરેક તાલુકા અને વૉર્ડમાં ફરિયાદ લેવા અને તેને જિલ્લાની સ્થાનિક સમિતિને પહોંચાડવા એક નોડલ ઑફિસરની નિમણૂંક કરશે.
- કાયદાની કલમ-7(1) મુજબ ડિસ્ટ્રિક્ટ ઑફિસર, સ્થાનિક સમિતિની નિમણૂક કરશે: (ક) જેના ચેરપર્સન તરીકે જિલ્લાની

જાણીતી સ્ત્રી કે જેણે સ્ત્રીઓના સવાલો અંગે કામ કર્યું હોય તેની નિમણૂ૩૦૩૦ક કરશે. તેમાં અન્ય સભ્યોમાં - (ખ) જે-તે જિલ્લા, તાલુકા કે વૉર્ડમાં કામ કરતી એક સ્ત્રી. (ગ) બિન-સરકારી સંસ્થાના બે સભ્યો જેમાંથી એક સ્ત્રી હશે, અનુસૂચિત જાતિ, જનજાતિ, અન્ય પછાત જાતિ કે લઘુમતિ સમુદાયની એક સ્ત્રી-સભ્ય. (ઘ) જિલ્લાના, સ્ત્રીઓ અને બાળકોના વિભાગના સરકારી અધિકારી.

7. માલિકોની જવાબદારી

આ કાયદાની કલમ-19માં જાતીય સતામણીના બનાવો બને ત્યારે જ નહીં, પરંતુ તેને રોકવા માટેની, ન બને તે માટે જાગૃતિ કરવાની જવાબદારી, દરેક કામના સ્થળે માલિકો, વહીવટદારોને તેમ જ સરકારને આપવામાં આવી છે.

- આ કાયદા અંગેની તેમ જ કાર્યસ્થળમાં બનેલી સમિતિ અંગેની માહિતી, સ્ત્રીઓ સહિત તમામ કર્મચારીઓ સુધી પહોંચાડવાની, જાહેર સ્થળે તેનું નિદર્શન કરવાની કાનૂની જવાબદારી માલિકો-અધિકારીઓ-સંસ્થાના વડાઓની છે.

- કાયદાની જોગવાઈઓ અંગે કામદાર, કર્મચારીઓને જાગૃત તેમ જ સંવેદનશીલ કરવાની, તે માટે નિયમિત શિબિરોનું આયોજન કરવાની જવાબદારી માલિકોની છે.

- આંતરિક ફરિયાદ સમિતિના સભ્યોની તાલીમ, જરૂરી માહિતી અને કોઈ પણ કેસના સંદર્ભમાં તમામ દસ્તાવેજો આપવાની જવાબદારી માલિકોની છે.

- જો પીડિત-સ્ત્રી પોલીસ ફરિયાદ કરવા માંગે તો તેને તે માટે સહાય કરવાની જવાબદારી માલિકોની છે.

- નોકરીના નિયમોમાં જાતીય સતામણીને ગેરવર્તણૂ૩ંક ગણીને શિસ્ત ભંગના પગલાં લેવાની જવાબદારી માલિકોની છે.

- કાયદાની કલમ-26(1) મુજબ આ કાયદાની જોગવાઈઓનો અમલ ન કરનાર માલિકને રૂ. 50,000ના દંડ અને બીજી વાર ગુનો કરે તો તેનું બિઝનેસ લાયસન્સ રદ કરવાની જોગવાઈ સહિતની અનેક મહત્ત્વની જોગવાઈઓ કાયદામાં છે.

8. અન્ય મહત્ત્વની જોગવાઈઓ

- આ કાયદા મુજબ ફરિયાદના નિકાલની તમામ પ્રક્રિયા એવી રીતે થવી જોઈએ કે જેથી ફરિયાદીની ઓળખ જાહેર ન થાય અને તેને વધારે સામાજિક દબાણનો ભોગ ન બનવું પડે.

- આ કાયદાની કલ-12(1) મુજબ ફરિયાદી કે તેના સાક્ષીઓને ફરિયાદ કરવાના કારણે વધુ સતામણી કે અન્યાયના ભોગ ન બનવું પડે તેની ખાતરી આપવી જોઈએ. તે માટે તપાસ કરનાર સમિતિ જાતીય સતામણીની ફરિયાદ કરનારની લેખિત અરજીના આધારે માલિકને તે સ્ત્રીની અથવા તો સતાવનાર વ્યક્તિની તાત્કાલિક બદલી કરવાની કે તેને ત્રણ મહિના સુધી રજા આપવાની કે તે સ્ત્રીને અન્ય જરૂરી રાહત આપવાની ભલામણ કરી શકે છે.

- કાયદાની કલમ-14 મુજબ જો સ્થાનિક સમિતિ કે આંતરિક સમિતિ એવા તારણ પર પહોંચે કે આરોપી સામેની ફરિયાદ પીડિત-સ્ત્રી અથવા અન્ય વ્યક્તિએ જાણી જોઈને ખોટા ઈરાદાથી અને ખોટી હોવાની જાણકારી હોવા છતાં કરેલી છે કે સમિતિને ગેરમાર્ગે દોરવા ખોટા કે જાલી દસ્તાવેજો રજૂ કર્યા છે, તો તે જેણે પણ બદઈરાદાથી જાણી જોઈને ખોટી ફરિયાદ કરી હોય તેની સામે શિક્ષાત્મક પગલાં ભરવાની ભલામણ કરી શકે છે.

જોકે, પીડિત-સ્ત્રી ફરિયાદના સમર્થનમાં પુરાવા કે સાક્ષી આપીને સાબિત ન કરી શકે તો તે ખોટી છે એમ આપોઆપ સાબિત થતું નથી. આ જોગવાઈ જાણી જોઈને ઈરાદાપૂર્વક ખોટી ફરિયાદ કરેલી છે તેવું સાબિત થાય તો લાગુ પડશે.

- કાયદાની કલમ-21 મુજબ દરેક કામના સ્થળે નિમાયેલી આવી સમિતિએ પોતાના અહેવાલ દર વર્ષે સરકારનાં સંબંધિત ખાતાને મોકલવો જોઈએ. તેમાં તેમને મળેલી ફરિયાદ તથા તે અંગે લેવામાં આવેલાં પગલાંની વિગતોનો સમાવેશ નિયમ-14 મુજબ કરવો જોઈએ.

સંપર્કઃ સહિયર (સ્ત્રી સંગઠન), ઈમેઈલઃ sahiyar@gmail.com ફોનઃ 0265-2513482

૪. સહાયમાં સમાનતાઃ

માનવતાવાદી પ્રતિસાદમાં જ્ઞાતિ આધારિત ભેદભાવનું નિવારણ

આઈડીએસએન દ્વારા સપ્ટેમ્બર 2013માં 'સહાયમાં સમાનતા'- માનવતાવાદી પ્રતિભાવમાં જ્ઞાતિ આધારિત ભેદભાવ તરફ ધ્યાન આપવું' - એ શીર્ષક ધરાવતો અહેવાલ રજૂ કરવામાં આવ્યો હતો. આ અહેવાલનો સારાંશ 'ઉન્નતિ, જોધપુર'ના ચીફ ઑપરેટિંગ ઑફિસર સુશ્રી સ્વપ્ની શાહ દ્વારા લખવામાં આવ્યો છે.

ઇન્ટરનેશનલ દલિત સોલિડારિટી નેટવર્ક (આઈડીએસએન) દલિતોના માનવ અધિકારોની હિમાયત કરવા માટે માર્ચ 2000માં આઈડીએસએનની સ્થાપના કરવામાં આવી હતી. આ અહેવાલ 'નેશનલ દલિત વૉચ' અને 'નેશનલ કૅમ્પેઇન ઓન દલિત હ્યુમન રાઇટ્સ' દ્વારા 2012માં તૈયાર કરવામાં આવ્યો છે. વર્ષ 2007થી 2010 દરમ્યાન ભારતભરમાં આવેલાં પૂર વખતે, આપવામાં આવેલા તાત્કાલિક પ્રતિસાદ અંગે થયેલા અભ્યાસોની સમીક્ષા પર આ અહેવાલ આધારિત છે. માનવતાવાદી સહાયમાં જ્ઞાતિ આધારિત ભેદભાવની અસર, તથા આપત્તિ નિવારણના કાર્યક્રમોમાં હજી પણ આ સમસ્યા શા માટે યથાવત્ છે તે અંગેની

સંક્ષિપ્ત રૂપરેખા આ અહેવાલમાં દર્શાવવામાં આવી છે. આ અહેવાલ માનવતાવાદી સહાય માટેના આંતરરાષ્ટ્રીય માપદંડો પ્રત્યેની વર્તમાન પ્રતિબદ્ધતાઓની ચકાસણી કરે છે. ઉપરાંત, આ અહેવાલમાં દલિત સમુદાયોને મદદ પૂરી પાડવા અને જ્ઞાતિ આધારિત ભેદભાવ દૂર કરવા માટે અસરકારક નીવડેલા પ્રયત્નોનાં નોંધપાત્ર ઉદાહરણો આપવામાં આવ્યાં છે. અહેવાલમાં નિશ્ચિત ભલામણો પણ કરવામાં આવી છે.

જ્ઞાતિ આધારિત ભેદભાવ દક્ષિણ એશિયામાં બહોળો વ્યાપ ધરાવે છે તથા વિશ્વભરમાં તેનું અસ્તિત્વ છે, એટલું જ નહીં વિશ્વભરના 26 કરોડ લોકો તેની અસરો ભોગવી રહ્યા છે. જ્ઞાતિ આધારિત ભેદભાવને કારણે અસમાનતા કેટલી વિકસી છે તે સેંકડો હોનારતો બાદની રાહત તથા પુનર્વસવાટની કામગીરીઓ દરમિયાન દલિતોને થયેલા અનુભવો પરથી જાણી શકાય છે. સીમાંત સામાજિક સ્થિતિ, અનિશ્ચિત અને વિષમ પરિસ્થિતિઓ તેમ જ સામાજિક રક્ષણનો સદંતર અભાવ જેવી વંચિતતાઓને કારણે આપત્તિની પરિસ્થિતિમાં વ્યવસ્થાતંત્ર દ્વારા બહિષ્કારની વિકટ સમસ્યા ઉદ્ભવી છે. હોનારતોમાં દલિત સમુદાયે વેઠવા પડતા નુકસાનની સદંતર ઉપેક્ષા કરવામાં આવે છે. તેમને હિંસાની વાસ્તવિક અને સ્પષ્ટ ધમકી આપીને સામાન્ય જળ સ્રોતો,

આરોગ્ય સેવાઓ, ભોજન અને આશ્રય સ્થાનો જેવી પાયાની સુવિધાઓથી વંચિત રાખવામાં આવે છે. આના ઉપાયરૂપે તેઓ વ્યાજે નાણાં લેવાની મુસીબત વહોરી લે છે, અથવા આંતર રાજ્ય સ્થળાંતર કરવા પ્રેરાય છે, અથવા તો પછી આંતરિક વિસ્થાપનનો માર્ગ અપનાવે છે. મહિલાઓ, બાળકો, વૃદ્ધો તથા વિકલાંગ વ્યક્તિઓ વધુ ગંભીર જોખમો અને બહિષ્કારનો સામનો કરે છે. માનવતાવાદી સહાય સાથે સંબંધિત નીતિઓ તથા કામગીરીઓમાં જ્ઞાતિલક્ષી પરિબળો અને સત્તાનાં માળખાંઓને નજરઅંદાજ કરવામાં આવે છે અને પૂર્વગ્રહ ઇરાદાપૂર્વકનો ન હોવા છતાં, કામગીરીમાં ભેદભાવભર્યાં ધોરણો જોવા મળે છે. સહાયમાં સમાનતાનો અભાવ પ્રવર્તે છે અને જ્ઞાતિ આધારિત બહિષ્કારને વેગ આપવામાં આવે છે. અસરગ્રસ્ત લોકો અંગેની છૂટીછવાઈ વિગતોની અપ્રાપ્યતા તેમ જ સમાનતાની દેખરેખ રાખવા સામેના પડકારો, જ્ઞાતિ આધારિત ભેદભાવ અંગેની માહિતી મેળવવા આડે અવરોધરૂપ બને છે. સૌથી વધુ વંચિત હોય તથા સીમાંત હોય તેવા લોકો સુધી માનવતાવાદી સહાય પહોંચી રહી છે તે સુનિશ્ચિત કરવા માટે સમાનતા અંગેની દેખરેખ રાખવી જરૂરી છે. આકસ્મિક પ્રતિસાદ (ઇમર્જન્સી રિસ્પોન્સ) દરમિયાન અને ત્યાર બાદ સામાજિક સમાવેશકતા પર દેખરેખ રાખવામાં આવે, તો તેના

કારણે સમસ્યાઓ નક્કી કરવા માટે જરૂરી પુરાવા તથા વિગતો મળી રહે છે અને ઉપાયો સૂચવી શકાય છે.

યુએન કમિટી ઓન રેશિયલ ડિસ્ક્રિમિનેશન (CERD), હ્યુગો ફ્રેમવર્ક ફોર એક્શન (HFA), સ્ફિયર હ્યુમેનિટેરિયન ચાર્ટર અને મિનિમમ સ્ટાન્ડર્ડ્ઝ ઇન ડિઝાસ્ટર રિસ્પોન્સ વગેરે જેવાં આંતરરાષ્ટ્રીય માળખાંઓ, તમામ માનવતાવાદી કામગીરી નિષ્પક્ષતા, તટસ્થતા, માનવતા, સ્વતંત્રતા અને આંતરરાષ્ટ્રીય માનવ અધિકાર કાનૂનના સિદ્ધાન્તો દ્વારા માર્ગદર્શિત થાય તેમ જ આ કામગીરીઓ હોનારતના અસરગ્રસ્ત લોકો માટે ઉત્તરદાયી રહે, તે માટે પ્રયત્નશીલ છે. માનવતાવાદી સહાયમાં જ્ઞાતિ આધારિત ભેદભાવનું નિરાકરણ લાવવા માટે ઉત્કૃષ્ટ કામગીરી કરવામાં આવી હોવાનાં ઉદાહરણો પણ મોજૂદ છે, જે સમાવેશકતાના ત્રણ માર્ગો દર્શાવે છેઃ લક્ષ્ય નિર્ધારિત કરવું, દલિત નેતૃત્વનું સશક્તિકરણ અને પારદર્શિતા. લક્ષ્ય નિર્ધારણમાં માનવતાવાદી કાર્યકર્તાઓ, સમુદાયમાં સૌથી વધુ વંચિતતા ધરાવનારી વ્યક્તિઓને શોધી શકાય તેવી પ્રક્રિયા દ્વારા દલિતો અને મહિલાઓને લક્ષ્ય બનાવે અને ત્યાર પછી એ લોકોને મદદ કરવા માટે સમુદાયના સભ્યોને સભાનપણે સાંકળે તે જરૂરી છે. સશક્તિકરણ દ્વારા સમાવેશકતા અને દલિત નેતૃત્વ તેમને

પ્રોજેક્ટની આગેવાની લેવામાં, પ્રતિસાદ પ્રયાસોનું આયોજન કરવામાં અને તેમના અધિકારો માટે સરકારી સંસ્થાઓને ઉત્તરદાયી બનાવવામાં મદદ પૂરી પાડે છે. પારદર્શિતા દ્વારા સમાવેશકતા એ જ્ઞાતિ આધારિત ભેદભાવની વાસ્તવિકતાઓ વિશે જાગૃતિ ફેલાવવા માટે માહિતી એકત્રીકરણ, જરૂરિયાત આધારિત મૂલ્યાંકન તથા માહિતીના આદાન-પ્રદાન પ્રત્યે માનવતાવાદી સંસ્થાઓ અને સરકારી સંસ્થાઓ પ્રતિબદ્ધ થાય તે બાબત પર ભાર મૂકે છે. પરોપકારનું ક્ષેત્ર, જ્ઞાતિ અને બહિષ્કારના પ્રશ્નો પર ધ્યાન આપે તે વધારે જરૂરી બની રહ્યું છે. તે માટે સ્ફિયર અને એચએપી જેવા માપદંડોના મજબૂત માર્ગદર્શનનો તથા આપત્તિ જોખમ નિવારણના ભાગરૂપે વંચિતતા પર ધ્યાન આપવાની સમાવેશક પ્રતિબદ્ધતાનો ટેકો મળી રહ્યો છે. આ પરિસ્થિતિ હકારાત્મકતા આશાવાદ જન્માવે છે.

આકસ્મિક પ્રતિસાદ અને ડીઆરઆર કાર્યક્રમોમાં માનવ અધિકારના દ્રષ્ટિકોણને સાંકળવામાં આવે તેવી ભલામણ આ અહેવાલમાં કરવામાં આવી છે. જ્ઞાતિ આધારિત ભેદભાવ તથા બહિષ્કારની સમસ્યાને ઓળખવી એ પ્રથમ પગલું છે. દરમિયાનગીરીઓનાં ક્ષેત્રોના માનવતાવાદી કાર્યક્રમોમાં જ્ઞાતિ આધારિત ભેદભાવના જોખમને નિવારવા માટેનું સામાન્ય વલણ

લાભદાયી રહેશે. માનવતાવાદી કાર્યકર્તાઓએ સીમાંત અને બહિષ્કૃત જૂથોને અસરકારક રીતે લક્ષ્ય બનાવવા માટે, સમાવેશક અને યોગ્ય આપત્તિ વ્યવસ્થાપન કાયદાઓ તથા નીતિઓના સ્થાનિક, રાષ્ટ્રીય અને આંતરરાષ્ટ્રીય સ્તરે અમલ તેમ જ વિકાસ માટે મદદ પૂરી પાડવી જોઈએ. આપત્તિ નિવારણ અને આકસ્મિક પ્રતિસાદોમાં, જ્ઞાતિ આધારિત ભેદભાવ પર ધ્યાન આપવા માટેની જરૂરિયાતોનો આધાર, આકસ્મિકતા દરમિયાન કાર્યકર્તાઓની હિમાયત, દેખરેખ અને ઉત્તરદાયિત્વની કામગીરી પર છે.

એજન્સીની નીતિઓમાં આ પગલાંઓ સ્થાપિત કરવાં જોઈએ તેમ જ સરકારી અને બિનસરકારી કાર્યકર્તાઓ દ્વારા અસરકારક અમલીકરણ માટે પૂરતાં સંસાધનોની ફાળવણી થવી જોઈએ. નિર્ણય લેવાની પ્રક્રિયામાં અને માનવતાવાદી કાર્યોમાં અસરગ્રસ્ત સમુદાયોની સહભાગિતા સુનિશ્ચિત કરવા માટે તે સમુદાયોને સક્ષમ તથા સુદ્રઢ બનાવવાં જરૂરી છે. વંચિતતાની પરિસ્થિતિ પાછળનાં મૂળ કારણનું નિવારણ એ ચાવીરૂપ મુદ્દો હોવો જોઈએ, કારણ કે જ્યાં સુધી જ્ઞાતિ આધારિત ભેદભાવને દૂર કરવા માટે નિર્ણાયક અને લાંબા ગાળાનું વલણ અપનાવવામાં નહીં આવે, ત્યાં સુધી દલિતો અને અન્ય વંચિત જૂથો સાથે થતો ભેદભાવ યથાવત્ રહેશે. ક્લાઇમેટ ચેન્જની અસર (જેના કારણે પર્યાવરણ

સંબંધિત હોનારતો સર્જાવાથી દલિતો જેવાં વંચિત જૂથોની અનુકૂલનશીલ ક્ષમતા સામે પડકાર ઊભો થાય છે), ઝડપી અને બિનઆયોજિત શહેરીકરણ, વસતિ વધારો વગેરે જેવી સમસ્યાઓને કારણે સંસાધનોની તંગી સર્જાય છે અને વર્તમાન વંચિતતાની સ્થિતિ વધુ વિકટ બને છે તેથી એ મુદ્દો પણ ધ્યાન પર લેવા જેવો છે.

સમાવેશક કાર્યક્રમ માટેની પદ્ધતિઓ

આકસ્મિક પ્રતિસાદ અને જોખમ નિવારણના કાર્યક્રમોમાં જ્ઞાતિ આધારિત ભેદભાવથી અસરગ્રસ્ત હોય તેવી વ્યક્તિઓના સમાવેશ અને સામાજિક ન્યાયની દેખરેખ કરવા માટે સામાજિક ન્યાય તપાસણી થાય તે જરૂરી છે, અને આવી તપાસ માટે સહભાગી પદ્ધતિઓ તથા સિદ્ધાન્તો પર આધારિત પદ્ધતિઓ તેમ જ સાધનો હોવાં જરૂરી છે. આ પદ્ધતિઓ તથા સાધનો અધિકૃત ફોર્મેટમાં સુગ્રથિત હોવાં જોઈએ અને માનવતાવાદી સહાયની તમામ દરમિયાનગીરીઓમાં તે ફરજિયાત હોવાં જોઈએ.

વંચિતતા માપન સાધનો તથા પદ્ધતિ

વંચિતતાનું માપન કરવા પાછળનો ઉદ્દેશ્ય સમુદાયોને તેમની નબળાઈઓથી વાકેફ કરીને તેમને સક્ષમ બનાવીને લવચિકતા તરફ વાળવાનો છે. વંચિતતા માપન માટેની પદ્ધતિઓ તથા

સાધનો જ્ઞાતિ આધારિત ભેદભાવને કારણે સમુદાયોએ વેઠવી પડતી વંચિતતા નક્કી કરવા તથા તેના દસ્તાવેજીકરણને સક્ષમ બનાવતાં હોવાં જોઈએ. ઉપરાંત, આપત્તિ બાદના પુનઃસ્થાપન માટેના જરૂરી અધિકારો ન આપવા તથા રાહતમાંથી બાકાત રાખવાની રીતની ઓળખ અને દસ્તાવેજીકરણને શક્ય બનાવનારાં હોવાં જોઈએ. વંચિતતા માપન પદ્ધતિઓને આપત્તિ અગાઉ અમલમાં મૂકવામાં આવે, તો તે વધુ અસરકારક રહે છે. આ પદ્ધતિઓ વર્તમાન કાર્યક્રમોમાં રહેલી ઊણપોનું મૂલ્યાંકન કરવામાં અને તે ઊણપો દૂર કરવા માટેનાં પગલાં ભરવામાં પરોપકારી સંસ્થાઓને મદદરૂપ થવી જોઈએ. વંચિતતા માપન પદ્ધતિઓ તૈયાર કરવા માટેનાં ચાવીરૂપ પગલાં નીચે પ્રમાણે છેઃ

1. અવાર-નવાર આપત્તિનો ભોગ બનતા હોય તેવા વિસ્તારો સાથે સમુદાયોનું માપન કરવું, સ્થાનિક તંત્ર અને પરિસ્થિતિને સમજવા માટે પ્રાયોગિક અભ્યાસો હાથ ધરાવા જોઈએ.

2. સાંસ્કૃતિક, ભૌગોલિક અને રાજકીય પરિબળોને કારણે કુદરતી આપત્તિઓનું જોખમ ધરાવનારા દલિતોની સામાજિક વંચિતતા જાણવી, તેમ જ આપત્તિ પ્રતિસાદ (ડિઝાસ્ટર રિસ્પોન્સ)ના ગાળા દરમિયાન તેમણે વેઠવી પડતી મુશ્કેલીઓ વિશે માહિતી મેળવવી. ઉપરાંત, માનવતાવાદી કાર્યકર્તાઓએ જે-તે પ્રદેશોમાં

તેમના આપત્તિ પ્રતિસાદો (ડિઝાસ્ટર રિસ્પોન્સ)ની સમીક્ષા કરવી જોઈએ તથા દલિતોને સહાય મેળવવાથી વંચિત રાખનારી પ્રક્રિયાત્મક તથા અન્ય ખામીઓ પર ધ્યાન આપવું જોઈએ.

3.   કુદરતી હોનારતોનો અવાર-નવાર શિકાર બનતા દલિત તથા બહિષ્કૃત સમુદાયમાં ટાસ્ક ફોર્સની રચના કરી શકાય તેમ જ તેમને તાલીમ આપી શકાય. આ ટાસ્ક ફોર્સમાં સ્થાનિક વહીવટી તંત્રના પ્રતિનિધિઓ તથા મહિલાઓના યોગ્ય પ્રતિનિધિત્વ સહિત, યુવાનો અને સમુદાયના સભ્યોનો સમાવેશ થવો જોઈએ. સમુદાયના લાભ માટે હાથ ધરવામાં આવેલી પ્રવૃત્તિઓમાં સમુદાયની સહભાગિતા સુનિશ્ચિત કરવા માટે પણ આ વ્યવસ્થા સુસંગત થઈ રહેશે.

4.   સૂચકોની સૂચક યાદી સાથે વંચિતતા માપનની પ્રવૃત્તિઓ અંગે ટાસ્ક ફોર્સને માહિતી પૂરી પાડવી.

5.   સ્વયંસેવકોને તેમના વિસ્તારોમાં જ્ઞાતિના પ્રશ્નો વિશે જાણકારી મેળવવામાં મદદ કરવી. આ પ્રશ્નો રક્ષણ અને સામાજિક સલામતી, જ્ઞાતિ આધારિત પ્રવૃત્તિઓ, વિકાસ નીતિઓ, સેવા પૂરી પાડવી, સ્થાનિક વંચિતતા, રાજકીય પ્રતિનિધિત્વ વગેરેને લગતા હોઈ શકે છે.

6. દરમિયાનગીરીવાળા પ્રદેશોમાં દલિતો સાથેના જ્ઞાતિ-આધારિત ભેદભાવ અને બહિષ્કારના તમામ સૂચકોની તપાસ-સૂચિ બનાવવી.

7. વંચિતતા માપનના મૂલ્યાંકનની સમગ્ર પ્રક્રિયા દરમિયાન ટાસ્ક ફોર્સને દલિતોના વાસ્તવિક પ્રશ્નો વિશે જાણકારી અને જરૂરી દ્રષ્ટિકોણ ધરાવતાં સમુદાય આધારિત સંગઠનોની મદદ મળવી જોઈએ.

8. આપત્તિ અગાઉની પરિસ્થિતિમાં દલિતોની વંચિતતા તથા ક્ષમતાઓનું માપન કરવા માટે કરવામાં આવતા બેઝ લાઇન સર્વેમાં છૂટીછવાઈ વિગતો પર આધારિત પરિણામો સામેલ હોવાં જોઈએ. બેઝ લાઇન સર્વેનાં તારણોમાં, પુનર્વસન અને આપત્તિ પ્રતિસાદ (ડિઝાસ્ટર રિસ્પોન્સ)માં વંચિતતાને કારણે દલિતોએ સરકાર પાસેથી પોતાના અધિકારોનો દાવો કરવા માટે વેઠવી પડતી મુશ્કેલીઓ અંગે પ્રકાશ પાડવામાં આવ્યો હોવો જોઈએ.

આ પદ્ધતિમાં ક્ષેત્ર-વાસ્તવિકતાઓ પર આધારિત ફેરફારો માટેનો અવકાશ હોવો જોઈએ અને તેનાં તારણોનો બહોળી હિમાયત માટે પ્રસાર થવો જોઈએ. દલિત સમુદાયો સાથે તેમની

પહોંચના વિસ્તારોમાં બેઠકો થવી જોઈએ અને એકત્રિત તારણો તેમને જણાવવાં જોઈએ.

સમાવેશકતા પર દેખરેખ માટેની પદ્ધતિ

અવાર-નવાર હોનારતનો ભોગ બનતા પ્રદેશોમાં વંચિતતાના માપનની કામગીરી દ્વારા આપત્તિ અગાઉની સ્થિતિમાં એકઠી કરવામાં આવેલી માહિતી સાથે, આગામી તબક્કો હોનારત સર્જાય તે સમયે સમાવેશકતા પર દેખરેખ અંગેનો હોય છે. સમાવેશકતા પર દેખરેખની કામગીરી બે કક્ષાએ કામ કરવા માટે સજ્જ હોવી જોઈએ. પ્રથમ, આ સમાવેશકતા, માનવતાવાદી હિસ્સાધારકો વિવિધ વ્યવસ્થાને લગતા તથા અન્ય કારણોસર પ્રતિભાવો ન પહોંચતા હોય તેવા વિસ્તારોમાં તેમના પ્રતિભાવોની સહાય દલિત રહેવાસીઓ સુધી પહોંચાડી શકે તે માટે દલિતોની વંચિતતાઓ અંગેનું જ્ઞાન પૂરું પાડતી હોવી જોઈએ. બીજું, જ્યારે સરકારી અને માનવતાવાદી સહાય અસરગ્રસ્ત વિસ્તારોમાં પહોંચી ચૂકી હોય, ત્યારે સમાવેશકતાની આ કામગીરી થકી માનવતાવાદી હિતધારકો, દલિતોને રાહત-સેવા વાસ્તવમાં મળી હોવાની હકીકતનું મૂલ્યાંકન કરવા સક્ષમ બનવા જોઈએ. આમ કરવાથી માનવતાવાદી હિતધારકોના પ્રતિસાદમાં વધારો થશે અને દલિતો-પીડિતોને તેમના અધિકારોનું રક્ષણ કરવામાં સહાય પૂરી

પાડવા માટે અને વિવિધ સ્તરે તેમની હિમાયત કરવા માટે માહિતી એકત્રિત કરવામાં મદદ મળી રહેશે. સમાવેશકતા પર દેખરેખ માટેની પદ્ધતિઓની રૂપરેખા તૈયાર કરવા અંગેનાં ચાવીરૂપ પગલાં નીચે પ્રમાણે છે:

1. સમાવેશકતા પરની દેખરેખ અંગેની પદ્ધતિ પુનઃસ્થાપન અને પુનર્વસનના ગાળામાં થતા ભેદભાવ અને બહિષ્કારના સંભવિત સ્વરૂપ વિશેની ઉપલબ્ધ માહિતીને ધ્યાનમાં રાખીને તૈયાર કરવી જોઈએ.

2. સમાવેશકતા પર દેખરેખ અંગેનો સર્વે પ્રતિભાવની સમાપ્તિના તબક્કે હાથ ધરવામાં આવે તે આદર્શ સ્થિતિ છે. આ અભ્યાસમાં દલિત હિસ્સાધારકો અને/અથવા સમાન વિચારસરણી ધરાવતાં નાગરિક સંગઠનોને સામેલ કરવાં જોઈએ. સમાવેશકતા પર દેખરેખ માટેની કામગીરીઓ બહિષ્કારના વાસ્તવિક પ્રશ્નો/માપદંડો, બહિષ્કારનું સ્વરૂપ તથા બહિષ્કારનાં અસરકર્તા તત્વો વિશે જાણકારી મેળવવા સક્ષમ હોવી જોઈએ. હોનારતના વિવિધ તબક્કાઓ દરમિયાન બહિષ્કારના અસરકર્તા તત્વોમાં સરકારી વહીવટી તંત્ર, સમુદાય જૂથો, રાજકીય પક્ષો, નાગરિક સંગઠનો વગેરે હોઈ શકે છે.

3. સમુદાયને તેની પોતાની વંચિતતાઓ તથા ક્ષમતાઓ, જાહેર યોજનાઓ અને અધિકાર તથા રાહત અંગેના પૅકેજ વિશે તેમ જ વિકલાંગતા ધરાવનારી વ્યક્તિઓ, બાળકો, અનાથ કે વિધવાઓ જેવાં નિશ્ચિત જૂથો માટેની વિશેષ સેવાઓ માટેની જોગવાઈઓ વિશે જાણકારી મેળવવામાં સહાય પૂરી પાડવી જોઈએ. આ ઉપરાંત, સમુદાયે કેટલી મદદ મેળવી છે અને કઈ આપત્તિ વ્યવસ્થાપન ઑથોરિટી દ્વારા અથવા તો સરકારી એકમ દ્વારા તેને આ સહાય પૂરી પાડવામાં આવી છે તેની જાણકારી મેળવવા માટે સમુદાય સક્ષમ હોવો જોઈએ.
4. સરકારના રાહત તથા વળતર અંગેની માહિતી પ્રાપ્ત થવી જોઈએ, જે માનવતાવાદી સહાયને વંચિત અને બહિષ્કાર જૂથો સુધી પહોંચાડવામાં મદદરૂપ બનશે.
5. સમાવેશકતા પરની દેખરેખની કામગીરીમાંથી એકત્રિત થયેલી માહિતીના આધારે, દલિત સમુદાયો સરકાર પાસેથી તેમના અધિકારોનો દાવો કરવા માટે અરજી દાખલ કરી શકે તે માટે મદદ પૂરી પાડી શકાય. સમાવેશકતા પરની દેખરેખ દ્વારા વ્યક્તિગત દસ્તાવેજોના (જેમ કે સોશ્યલ સિક્યોરિટી કાર્ડ, વોટર કાર્ડ, પબ્લિક ડિસ્ટ્રિબ્યુશન સિસ્ટમ કાર્ડ, બિલો પોવર્ટી લાઇન કાર્ડ તથા દેશમાં સુસંગત હોય તેવા અન્ય દસ્તાવેજો) અસ્તિત્વ

વિશેની પણ જાણકારી પ્રાપ્ત થવી જોઈએ, જે તેમને સરકારી રાહત અને પુનર્વસનના કાર્યક્રમો માટેની પાત્રતા પૂરી પાડે છે.

6. દલિતો-પીડિતોના અધિકારો સુનિશ્ચિત કરવાની પ્રક્રિયાની હિમાયત કરવા માટે, તેને લગતી વિગતો મેળવવા માટે અને તેની સમીક્ષા કરવા માટે સ્વૈચ્છિક સંસ્થા દ્વારા પ્રેરિત કોર ગ્રૂપ રચવામાં મદદ પૂરી પાડવી. ઉપરાંત, આપત્તિ વ્યવસ્થાપન યોજનાઓ ઘડવા માટે સ્થાનિક કક્ષાએ ભાગ લેવા માટે પણ જૂથને સહાય પૂરી પાડવી જોઈએ.

7. ભેદભાવનાં તારણોનો પ્રસાર, વ્યાપક જનતા અને સત્તા તંત્રો સુધી કરવાના ઉદ્દેશ્યથી પત્રકાર પરિષદ અને મિડિયા બ્રીફિંગ દ્વારા અસરકારક મિડિયા ઍડવોકસી હાથ ધરાવી જોઈએ.

સમાવેશક પ્રતિભાવ કાર્યક્રમ માટેની પદ્ધતિ

નીચે જણાવેલાં પગલાં માનવતાવાદી હિતધારકોને એ સુનિશ્ચિત કરાવશે કે તેમના આપત્તિ રાહત અને આપત્તિ જોખમ નિવારણ કાર્યક્રમોમાં દલિતોને સામેલ કરવામાં આવ્યા છેઃ

1. માનવતાવાદી કાર્યકર્તાઓએ હોનારતની સ્થિતિમાં દલિત પ્રતિનિધિઓ તથા સ્વયંસેવકો મારફત વંચિત-દલિત સમુદાયો સુધી પહોંચવાનો પ્રયાસ કરવો જોઈએ. આ માટે સ્થાનિક

સમુદાય આધારિત જૂથને સુસજ્જતાની પ્રવૃત્તિઓ અને પ્રતિસાદ આયોજનોમાં ઔપચારિક રીતે સાંકળવામાં આવે તે જરૂરી છે.

2. માનવતાવાદી કાર્યકર્તાઓએ સ્થાનિક વસતિમાં વિવિધતાને પ્રતિબિંબિત કરવા માટે આકસ્મિક પ્રતિસાદ (ઇમર્જન્સી રિસ્પોન્સ) કાર્ય બળ (વર્ક ફોર્સ)ને પ્રાદેશિક અને સ્થાનિક એમ બે સ્તરે વિભિન્નીકૃત કરવું જોઈએ. આપત્તિના સમયમાં પ્રતિસાદ માટે ફક્ત વિશિષ્ટ આકસ્મિક સ્ટાફ પર આધાર રાખવાને બદલે વર્તમાન સામાજિક સેવા પૂરી પાડનાર (સર્વિસ પ્રોવાઇડર્સ)ને સાંકળી શકાય. રાહત કાર્યક્રમોમાં બહિષ્કૃત સમુદાયોના સભ્યોની સક્રિય સહભાગિતાને પ્રોત્સાહન પૂરું પાડવું જોઈએ. સરકાર દ્વારા નિયત કરવામાં આવેલા લઘુતમ દૈનિક વેતન સાથે પરિવારના ઓછામાં ઓછા એક સભ્યને અમુક સંખ્યાના દિવસોની રોજગારી નિશ્ચિત કરવા માટે કેશ ફોર વર્ક જેવા કાર્યક્રમો ચલાવવામાં અથવા તો નાના વ્યવસાયો સ્થાપવામાં સીમાંત બહિષ્કૃત-સમુદાયોને લક્ષિત સહાય પૂરી પાડી શકાય. કેશ ફોર વર્ક કાર્યક્રમો પુનઃનિર્માણની કામગીરીમાં સહાય પૂરી પાડી શકે છે.

3. પાણી અને સ્વચ્છતાનો અધિકાર એ આરોગ્યનો અધિકાર, રહેઠાણનો અધિકાર અને પૂરતા ખોરાકના અધિકાર સહિતના

અન્ય માનવ અધિકારો સાથે સંબંધિત છે. આ રીતે, તે માનવ અસ્તિત્વ માટેની જરૂરી બાંયધરીઓનો ભાગ છે. હોનારતોના અસરગ્રસ્તોની, માંદગી અને મોતનો શિકાર બનવાની શક્યતા ઘણી વધારે હોય છે. આ પરિસ્થિતિ મહદ્અંશે અપૂરતી સ્વચ્છતા, પાણીનો અપૂરતો પુરવઠો અને સ્વચ્છતાની જાળવણીના અભાવ સાથે સંબંધિત હોય છે. તેથી, પાણી, સ્વચ્છતા અને આરોગ્ય (વૉટર, સેનિટેશન એન્ડ હેલ્થ - વૉશ)ના સંદર્ભમાં દલિતોની જરૂરિયાતો પર ખાસ ધ્યાન આપવું જરૂરી છે. દાક્તરી સહાય, પીવાનું પાણી તથા ખોરાક અંગેની રાહત માર્ગદર્શિકાઓમાં જ્ઞાતિ આધારિત ભેદભાવ પર ધ્યાન આપવામાં આવ્યું છે અને દલિતો તથા સામાજિક બહિષ્કૃત લોકોને વંચિત જૂથો તરીકે સામેલ કરવામાં આવ્યાં છે તે સુનિશ્ચિત કરવું જરૂરી છે. બહિષ્કૃત સમુદાયોને વૉશ મળી રહે તે સુનિશ્ચિત કરવા માટેનાં પગલાં નીચે પ્રમાણેનાં હોઈ શકે છે:

ક. નિર્વાસિતોની પાણીની માગની જરૂરિયાત જાણવી તથા શુદ્ધિકરણ તથા ટ્રિટમેન્ટની પ્રક્રિયા લાગુ કરવી.

ખ. દલિત-પુરુષો અને મહિલાઓ સરળતાથી પાણી મેળવી શકે તેવા વિસ્તારોના આયોજન તથા વ્યવસ્થાપનમાં દલિત સ્ત્રી-પુરુષોનાં સહભાગિતા અને પ્રતિનિધિત્વને પ્રોત્સાહન પૂરું

પાડવું. આ સેવાઓ મેળવવા માટે તેમણે વેઠવા પડતા સાંસ્કૃતિક, આર્થિક અને સામાજિક અવરોધોનું નિવારણ લાવવું પણ જરૂરી છે.

ગ. દલિત સમુદાયના સભ્યોની પહોંચ સરળ હોય તેવા વિસ્તારોમાં જળ સ્રોતો સ્થાપવા.

ઘ. દલિત સમુદાયોનાં નિર્વાસન કેન્દ્રો અને પુનઃવસવાટનાં કામચલાઉ સ્થળોએ વૉશની જરૂરિયાતો, દેખરેખની સ્થિતિ તથા પ્રગતિ અને વૉશ સંબંધિત પ્રશ્નો વિશે જાણકારી મેળવવામાં સહાય પૂરી પાડવી.

ચ. સ્વચ્છતા-વંચિતતા મૂલ્યાંકન હાથ ધરવા માટે ગ્રામ સ્તરે વૉશ ક્લસ્ટર (જૂથો)ની રચના કરવી અને સમયાંતરે વૉશ ક્લસ્ટરની મિટિંગનું આયોજન કરવું. આ મિટિંગમાં જરૂરિયાતો તથા ઊણપોની ચર્ચા કરવામાં આવે તથા તેનું નિવારણ કરવામાં આવે. આ ક્લસ્ટરમાં સમુદાયની જ મહિલાઓને પણ સામેલ કરવી જોઈએ.

છ. વૉશ કિટ્સ (આરોગ્ય, પાણી, ઘરની સ્વચ્છતા માટેની કિટ્સ)નું નિયમિતપણે વિતરણ કરવું.

જ. નિર્વાસનનાં સ્થળો અને પુનર્વસવાટનાં સ્થળોની પરિસ્થિતિ અંગેના અહેવાલો સંબંધિત સત્તા-તંત્ર અને

વ્યાપક સમુદાય આધારિત સંસ્થાઓને નિયમિતપણે પહોંચાડવા.

ઝ. સમુદાયોમાં વોશના મહત્ત્વ અંગે જાગૃતિ ફેલાવવી.

ટ. અસરગ્રસ્ત વ્યક્તિઓ માટે સુરક્ષાત્મક પગલા ભરવાં. જેમ કે, જાતિ (સામાજિક લિંગ) આધારિત હિંસા અને પજવણી અટકાવવા કે ઘટાડવા માટે, કૅમ્પમાં પાણી પીવાના કે ભરવાના સ્થળે તથા બાથરૂમ-શૌચાલયો વગેરે સ્થળોએ લાઈટની વ્યવસ્થા કરવી.

૫. પશ્ચિમ રાજસ્થાનમાં જનની સુરક્ષા યોજનાનો લાભ મેળવવામાં સમુદાયને યુવતીઓને થયેલા અનુભવો

પશ્ચિમ રાજસ્થાનના રણ પ્રદેશમાં સામુદાયિક અને પારિવારિક સ્તરે જૂથ ચર્ચાઓ યોજીને 'ઉન્નતિ' જોધપૂરના પ્રોગ્રામ ઑફિસર શ્રી દિલીપ બિદાવત અને ચીફ ઑપરેટિંગ ઑફિસર સુશ્રી સ્વપ્ની શાહ દ્વારા આ લેખ તૈયાર કરવામાં આવ્યો છે.

સલામત માતૃત્વ માટે સંસ્થાકીય પ્રસૂતિને પ્રોત્સાહન આપવાના ઉદ્દેશ્યથી રાજસ્થાનમાં જનની સુરક્ષા યોજના (જેએસવાય) શરૂ કરવામાં આવી છે. રાજસ્થાનમાં સરકારી સંસ્થામાં બાળકને જન્મ આપનારી તમામ માતાઓને રૂ. 1,400ની

રકમ આપવામાં આવે છે અને માતાને હૉસ્પિટલ લાવવાનો પરિવહન ખર્ચ પણ ભરપાઈ કરવામાં આવે છે. જેએસવાયનો નાણાકીય લાભ મેળવવા માટે એએનએમમાં મહિલાની નોંધણી થયેલી હોય એ જરૂરી છે.

ઉપરાંત, તેના મમતા કાર્ડમાં અથવા તો મધર એન્ડ ચાઇલ્ડ પ્રોટેક્શન કાર્ડ (માતા અને શિશુ સુરક્ષા કાર્ડ)માં કરેલી નોંધ અનુસાર તેણે નિર્દિષ્ટ રસી લેવી અને મેડિકલ ચેક-અપ કરાવવું જરૂરી છે. દવાઓ અને જુદી-જુદી તબીબી તપાસના મોટો ખર્ચ બચે, અન્ય આકસ્મિક ખર્ચ ઘટે, સંસ્થા સુધી પહોંચવાનો પરિવહન ખર્ચ પૂરો પાડવામાં આવે, માતા માટે સિઝેરિયન દ્વારા પ્રસૂતિ સહિતની તમામ સારવાર, દવાઓ અને તપાસ નિઃશુલ્ક થાય તેમ જ બાળકને પણ (એક મહિનાનું થાય તે દરમિયાન માંદું પડે અથવા તો અન્ય કોઈ બીમારી લાગુ પડે તો) વિના મૂલ્યે સુવિધા પૂરી પાડવાના હેતુથી જનની-શિશુ સુરક્ષા યોજના (જેએસએસવાય) શરૂ કરવામાં આવી હતી. માતા અને શિશુની પૂરતી કાળજી માટે પ્રસૂતિ બાદ સંસ્થામાં રોકાવાના મહત્ત્વ પર ભાર મૂકવા માટે કલેવા યોજના શરૂ કરવામાં આવી હતી, જે હેઠળ સામાન્ય પ્રસૂતિ બાદ માતાને બે દિવસ સુધી ખોરાક પૂરો

પાડવામાં આવે છે અને સિઝેરિયન દ્વારા પ્રસૂતિના કિસ્સામાં માતાને સાત દિવસ સુધી ખોરાક પૂરો પાડવામાં આવે છે.

રાજસ્થાનમાં શુભલક્ષ્મી યોજનાનો ઉદ્દેશ્ય પુત્રી-જન્મને પ્રોત્સાહિત કરવાનો છે. પુત્રી જન્મ થતાં માતાને રૂ. 2,100ની રકમ આપવામાં આવે છે. વળી, જો બાળકને બધી જ રસીઓ મૂકાવી હોય અને તેને છ મહિના સુધી સ્તનપાન કરાવવામાં આવ્યું હોય, તો વધુ રૂ. 2,100 ચૂકવવામાં આવે છે. ઉપરાંત, જ્યારે તે બાળકી પાંચ વર્ષની ઉંમર પછી શાળામાં પ્રવેશ મેળવે, ત્યારે તેને રૂ. 3,100ની રકમ આપવામાં આવે છે.

જેએસવાયના લાભ મેળવવામાં ગ્રામીણ લોકોએ વેઠવી પડતી સમસ્યાઓ સમજવાના પ્રયાસરૂપે બાડમેર જિલ્લાના બાલોત્રા તાલુકાનાં ત્રણ ગામોની ગરીબી રેખા નીચે જીવતી, અનુસૂચિત જાતિની અને અનુસૂચિત જનજાતિની ગર્ભવતી મહિલાઓ સાથે તેમ જ છેલ્લા એક વર્ષમાં બાળકને જન્મ આપનારી, એમ કુલ મળીને 98 મહિલાઓ સાથે ચર્ચા કરવામાં આવી હતી. ગયા વર્ષે (એપ્રિલ 2013 અને માર્ચ 2014 દરમિયાન) 75 શિશુ-જન્મ થયાં, તેમાંથી 64 શિશુ-જન્મ સંસ્થાકીય હતાં, જે કુલ પ્રસૂતિઓની 85 ટકા ટકાવારી સૂચવે છે. જોકે, આ પૈકીની 23 ટકા, અથવા તો 15 મહિલાઓ વિવિધ કારણોસર જેએસવાય

હેઠળના નાણાકીય લાભ મેળવી શકી નહોતી. કેટલાંક કારણો સંસ્થાકીય છે, જ્યારે અન્ય કેટલાંક કારણો આપણા સમાજમાં મહિલાઓના દરજ્જાનું પ્રતિબિંબ પાડે છે. ત્રણ પ્રસૂતિ જિલ્લા હૉસ્પિટલમાં, આઠ પ્રસૂતિ સામુદાયિક આરોગ્ય કેન્દ્રમાં, ત્રણ પ્રસૂતિ પ્રાથમિક આરોગ્ય કેન્દ્રમાં અને એક પ્રસૂતિ પેટા-કેન્દ્રમાં થઈ હતી.

- કારણો:

1. ગર્ભવતી મહિલાની નોંધણી ન થવીઃ મમતા કાર્ડ એ ગર્ભવતી મહિલાઓની નોંધણીનો પુરાવો છે અને તે લાભાર્થીઓ દ્વારા મેળવાતી સેવાની વિગતો વિશેની માહિતી મેળવવામાં પણ મદદરૂપ બને છે. ઘણી વખત ગર્ભવતી મહિલાઓની એએનએમમાં નોંધણી નથી થઈ હોતી અને તેમણે મમતા કાર્ડ નથી મેળવ્યું હોતું. પ્રસૂતિ દરમિયાન કટોકટીની સ્થિતિ ઊભી થાય, ત્યારે તેઓ હૉસ્પિટલ દોડી જાય છે. જો જેએસવાય સાથે સંબંધિત તમામ આઇઇસી (ઈન્ફર્મેશન, એજ્યુકેશન, કમ્યુનિકેશન) મટિરિયલ્સમાંં નોંધવામાં આવે કે લાભ મેળવવા માટે મમતા કાર્ડ હોવું જરૂરી છે, તો ગર્ભવતી મહિલાઓ નોંધણી કરવા માટે પ્રેરાશે અને પ્રસૂતિ અગાઉની સેવાઓ મેળવી શકશે. માંડલી ગ્રામ પંચાયત હેઠળના રામદેવપુરા ગામમાં મહિલાઓએ જણાવ્યું હતું કે મમતા કાર્ડ બનાવવા માટે એએનએમ દ્વારા તેમની પાસેથી

નાણાં (રૂ. 200થી રૂ. 300)ની માગણી કરવામાં આવી હતી. કેટલીક મહિલાઓએ સીએચસી-કલ્યાણપુર ખાતે નોંધણી કરાવી હતી, જ્યાં તેમણે રૂ. 200 ચૂકવવા પડ્યા હતા. ખારડી ગામનાં મમતા કાર્ડની ચકાસણી કરતાં તે અપ-ડેટ ન કરાયાં હોવાનું માલૂમ પડ્યું હતું. તેના કારણે કાર્ડનો હેતુ મરી જાય છે.

2. ઓળખનો પુરાવો ન હોવાથી બૅન્કમાં ખાતું ખોલાવવામાં મુશ્કેલીઃ મહિલાઓ તથા તેમના પરિવારો મમતા કાર્ડમાં દાખલ કરવામાં આવેલા નામના મહત્ત્વથી વાકેફ નથી હોતા. મમતા કાર્ડમાં તેઓ તેમનું ઘરનું નામ અથવા તો અધૂરું નામ નોંધાવે છે. જેએસવાય ચેક મેળવ્યા બાદ જ તેઓ બૅન્કમાં ખાતું ખોલાવવાનો પ્રયત્ન કરે છે. તે સમયે ઓળખનો પુરાવો ન હોવાની સમસ્યાનો અથવા તો મમતા કાર્ડમાં જુદું નામ લખાવ્યું હોવાની સમસ્યાનો ખ્યાલ આવે છે. તેઓ સિસ્ટમથી એટલા ગભરાતા હોય છે કે એએનએમનો સંપર્ક નથી સાધતા અને આગળ પગલાં ભરવામાં નિષ્ફળ જાય છે. આ સમસ્યાને દૂર કરવા માટે, કેટલાક એએનએમ દ્વારા મહિલાની નોંધણી કરતી વખતે તેમની પાસે ઓળખનો પુરાવો માંગવાની શરૂઆત કરવામાં આવી છે. ઓળખનો પુરાવો ન હોય, તો ગર્ભવતી મહિલાની નોંધણી કરવાનો અને તેને રસી આપવાનો ઇન્કાર કરવામાં આવ્યો

હોવાના પણ દાખલા છે. આવું વલણ યોજનાના ઉદ્દેશ્ય માટે હાનિકારક બની રહે છે.

જેએસવાય સાથે સંકળાયેલા તમામ પેમ્ફલેટ, પોસ્ટર, બૅનર જેવાં આઇઇસી મટિરિયલ્સમાં તેમ જ સીએચસી, પીએચસી અને સબ-સેન્ટર ખાતે દીવાલ પર ઉલ્લેખ થવો જોઈએ કે ગર્ભવતી મહિલાએ પ્રસૂતિ પહેલાં તેનું ઓળખ પત્ર મેળવી લેવું અને બૅન્કમાં ખાતું ખોલાવી દેવું. આ માટે સ્વીકાર્ય હોય તેવા મેરેજ રજિસ્ટ્રેશન (લગ્નની નોંધણી), રહેઠાણનો પુરાવો, ચૂંટણી ઓળખ-કાર્ડ અથવા આધાર કાર્ડ વગેરે જેવા દસ્તાવેજોની પણ નોંધ કરવી જોઈએ. આમ કરવાથી લોકોએ આમથી તેમ દોડાદોડી કરવાની જરૂર નહીં પડે અને તેમની પાસે બિનજરૂરી દસ્તાવેજોની માગણી પણ નહીં કરવામાં આવે. એએનએમમાં નોંધણી કરતી વખતે મહિલાઓને તેમનું પૂરું નામ લખાવવાની સલાહ આપી શકાય. બૅન્કમાં ખાતું ૦ ખોલાવવામાં ગર્ભવતી મહિલાઓને મદદ કરવાની એએનએમ અને આશાને સલાહ આપવી જોઈએ, પરંતુ તે નોંધણી અને પ્રસૂતિ પહેલાંની સેવાઓ મેળવવા માટેની પૂર્વશરત ન હોવી જોઈએ. ઓળખના પુરાવાનો અભાવ અને લગ્નની નોંધણી ન થઈ હોય, તો એક વ્યક્તિ અને નાગરિક તરીકે યુવાન પરિણીતાનું નામ અદ્રશ્ય રહે છે અને આગળ જતાં આ

બાબત સરકારી યોજનાઓનો લાભ મેળવવા આડે અડચણરૂપ બને છે. આઇસીએ આ મુદ્દા પર ધ્યાન આપવું જોઈએ. લગ્ન નોંધણી એ મૂળભૂત દસ્તાવેજ છે, જેના આધારે અન્ય દસ્તાવેજો સરળતાથી બનાવી કે મેળવી શકાય છે. આ ઉપરાંત આઇઇસીએ લગ્નની નોંધણી કરાવવા પર પણ ધ્યાન આપવું જોઈએ. અપરિપક્વ વયે થતાં લગ્નો પર પણ લાંબા ગાળે તેની અસર થશે. ઉપર જણાવેલા 15 પૈકીના ત્રણ કિસ્સામાં અપરિપક્વ ઉંમરે લગ્ન થયાં હતાં. લગ્ન નોંધણી માટે ઉંમરનો પુરાવો હોવો ફરજિયાત છે, તે માટે કાં તો જન્મના પ્રમાણપત્ર અથવા તો શાળા છોડ્યાના પ્રમાણપત્રને પુરાવો ગણવામાં આવે છે. જન્મનું પ્રમાણપત્ર ન ધરાવનારી અશિક્ષિત છોકરીઓએ આ કારણે ઘણી મુશ્કેલીઓ સહન કરે છે.

3. સંસ્થાકીય સંવેદનશીલતા અને દેખરેખ: ઉપર જણાવ્યા પૈકીના કેટલાક કિસ્સા એવા પણ છે, જેમાં મહિલાઓ પાસે ફોટોગ્રાફ ધરાવતું ઓળખ પત્ર ન હોવાને કારણે તેમને લાભ હેઠળનો ચેક આપવામાં આવ્યો ન હતો. તેમને પહેલાં બેન્કમાં ખાતું ખોલાવીને ત્યાર બાદ ચેક લેવા આવવા માટે જણાવાયું હતું. એક વખત નિષ્ફળતા મળ્યા બાદ ઘણા લોકો આગળ પ્રયાસ કરવો છોડી દે છે. આ પાછળનો ઉદ્દેશ્ય ખોટો ન હોવા છતાં, પ્રશ્નો એ છે કે આ

મહિલાઓને તેમના અધિકારો તથા લાભો અપાવવા માટે કેવી રીતે મદદ પૂરી પાડી શકાય. બેન્કમાં ખાતું ખોલાવવું એ મહિલાઓ માટે એક વિકટ પ્રક્રિયા બની રહે છે, કારણ કે અરજીનું ફોર્મ ભરવા માટે તેમણે અન્ય કોઈ વ્યક્તિની મદદ લેવી પડે છે અને તેમાં પણ ફોર્મ યોગ્ય રીતે ન ભરવામાં આવ્યું હોય, તો મોટા ભાગે ફોર્મ પરત કરવામાં આવે છે.

આ ઉપરાંત, ઝીરો-બેલેન્સ એકાઉન્ટ ખોલાવવાની સૂચના હોવા છતાં તેમને રૂ. 500થી રૂ. 1000 જેટલી રકમ જમા કરવા માટે જણાવવામાં આવે છે. જિલ્લા આરોગ્ય તંત્ર અને લીડ બેન્ક વચ્ચે મિટિંગ યોજીને અડચણ રહિત પ્રક્રિયાઓ પર સંમતિ સાધીને બેન્ક એકાઉન્ટ ખોલાવવા બાબતના પ્રશ્નોનું નિરાકરણ લાવી શકાય છે. શું ફોટોગ્રાફ સાથેના સેલ્ફ ડિક્લેરેશન પર ગ્રામ પંચાયત અને વિલેજ હેલ્થ સેનિટેશન એન્ડ ન્યૂટ્રિશન કમિટી દ્વારા આપવામાં આવતી બાંયધરીને આઇડી પ્રુફ ઓળખનો પુરાવો ગણી શકાય? આ પ્રક્રિયાઓ આઇઇસીનો ભાગ હોવી જોઈએ. નોંધણી માટે, પ્રસૂતિ અગાઉની અને ત્યાર બાદની સેવાઓ માટે સમાવેશક મેનેજમેન્ટ ઈન્ફર્મેશન સિસ્ટમ (એમઆઇએસ) દરેક ગર્ભવતી મહિલાની વિગતો નોંધે છે. જેએસવાયના લાભ હેઠળની રકમ વાસ્તવમાં લાભાર્થીના ખાતામાં ટ્રાન્સફર કરવામાં આવી છે

કે કેમ તેની વિગતો મેળવવાથી આરોગ્ય વિભાગ વાસ્તવિક સ્થિતિનો અંદાજ મેળવી શકશે અને તે માટેનાં જરૂરી પગલાં ભરી શકશે.

શું બેરર ચેક આપવાની શક્યતાઓ અંગે અમુક કિસ્સામાં જાણકારી મેળવી શકાય? આ અંગે મહિલાઓએ જણાવ્યું હતું કે, જેએસવાયના ચેક જારી કરવા બદલ તેમની પાસે રૂ. 200 કે રૂ. 300ની માગણી કરવામાં આવી હતી અથવા તો શુભેચ્છા સ્વરૂપે આવી માગણી કરવામાં આવી હતી. જો આ રીતે નાણાં ન આપવામાં આવે, તો સ્ટાફે સ્પષ્ટ રીતે જ માતા અને બાળકની કાળજી લેવાનું ઓછું કરી દીધું હોવાનું માલૂમ પડ્યું હતું. તમામ આરોગ્ય સંસ્થાઓમાં એવો સંદેશો સ્પષ્ટપણે દર્શાવવો જોઈએ કે - જો જેએસવાય કે કલેવા યોજના અંગે લોકોને કોઈ પણ ફરિયાદ કે સમસ્યા હોય, તો તેમણે ટોલ ફ્રી હેલ્પ લાઇન નંબર 104 પર ફોન કરવો. આ સૂચના સાથે જ ટોલ ફ્રી હેલ્પ લાઇન નંબર 104 પણ સ્પષ્ટપણે દર્શાવવો જોઈએ.

પ્રસૂતિ દરમિયાન ડૉક્ટરો બહારથી લાવવાની દવા લખી આપતા હોવાના અનુભવો પણ થયા છે. પાટોડી પીએચસી, જેને હવે સીએચસીમાં રૂપાંતરિત કરવામાં આવેલું છે, ત્યાંના તમામ કેસમાં ડૉક્ટરો બહારની દવા લખી આપતા હોવાનું જાણવા મળ્યું

હતું. આઠ કિસ્સાઓમાં દવાઓ અને ગ્લુકોઝ વગેરે બહારથી મંગાવવામાં આવ્યાં હતાં અને તે માટે રૂ. 500થી રૂ. 1,500 સુધીનો ખર્ચ થયો હતો. લોકોએ જણાવ્યું હતું કે પ્રસૂતિના સમયે પરિસ્થિતિ નાજુક હોય છે, તેથી પરિવારના સભ્યો સ્ટાફ સાથે વિવાદમાં ઉતરવા માંગતા નહોતા. તેથી, તેમણે ડૉક્ટરની સૂચના મુજબની દવાઓ ખરીદી હતી.

લાલી હનીફ ખાનનો કિસ્સો સૂચવે છે કે સમય અને અડચણોથી બચવા માટે લોકો સરકારી સેવાને બદલે ખાનગી સેવાઓ લેવી પસંદ કરે છે. લાલીની ગર્ભાવસ્થા મુશ્કેલીરૂપ હતી, તેથી તેમણે જોધપુરમાં કમલા નેહરૂ હૉસ્પિટલ ખાતે પ્રસૂતિ કરાવવાનો નિર્ણય લીધો હતો. તેને અશક્ત બાળકી જન્મી હતી અને તેને સાત દિવસ સુધી ઇન્ક્યુબેટરમાં રાખવામાં આવી હતી. દવા અને સારવાર પાછળ રૂ. 40,000નો ખર્ચ થયો હતો. તેમ છતાં, લાલીના પરિવારને લાગતું હતું કે સરકારી તંત્રની વ્યવસ્થા અનુસાર પાટોડીથી બાલોતરા અને ત્યાંથી જોધપુરની દોડાદોડી કરવામાંથી તેઓ બચી ગયાં હતાં. પાટોડીનાં લોકોએ સ્પષ્ટપણે જણાવ્યું હતું કે સરકારી હૉસ્પિટલની વિના મૂલ્યે અપાતી દવાઓ તેમને વધુ મોંઘી પડતી હોવાથી તેઓ ખાનગી ડૉક્ટરોને પ્રાથમિકતા આપે છે. સામાન્યપણે સરકારી દવાખાનાઓમાં તેમને

દવાઓ ખરીદવાનું જણાવવામાં આવે છે, અને જો તેઓ દવાઓ ખરીદવાનો ઇન્કાર કરે, તો ડૉક્ટર તેમને મફત દવાઓનો એક જ દિવસનો ડોઝ આપે છે અને ચેક-અપ માટે તેમ જ વધુ દવાઓ માટે બીજા દિવસે ફરીથી આવવા માટે જણાવે છે.

6. સાંપ્રત પ્રવાહોમાં યુવાનો

મનરેગા અંતર્ગત 'સામાજિક ઑડિટ ગ્રામ સભા' ઝુંબેશ, મે 20 -જૂન 15, 2014

રાજ્ય સરકાર દ્વારા 'ઉન્નતિ વિકાસ શિક્ષણ સંગઠન' ને છેલ્લાં પાંચ વર્ષથી ગુજરાતમાં મનરેગા અંતર્ગત સામાજિક ઑડિટ અને ફરિયાદ નિવારણની વ્યવસ્થાઓ બનાવવા તથા મજબૂત કરવા નિયુક્ત કરવામાં આવી છે. ઑક્ટોબર 2013થી માર્ચ 2014 સુધી થયેલી મનરેગાની કામગીરી માટે મે 20થી જૂન 15, 2014 દરમ્યાન 'સામાજિક ઑડિટ ગ્રામ સભા' યોજવામાં આવી. કાયદા પ્રમાણે ગ્રામ પંચાયત સ્તરે 'ગ્રામ તકેદારી સમિતિ'એ સામાજિક ઑડિટ પ્રક્રિયાઓનું સંચાલન કરવાનું હોય છે. ગુજરાતમાં 'ગ્રામ તકેદારી સમિતિ'ને સહયોગ કરવા માટે તથા સામાજિક ઑડિટ પ્રક્રિયાઓને મજબૂત કરવા માટે તાલુકા સ્તરે સેવાભાવી અને નિષ્પક્ષ લોકોની બનેલા 'તાલુકા રિસોર્સ ગ્રુપ' (ટી.આર.જી.)ની રચના કરવામાં આવી છે. 'ઉન્નતિ' દ્વારા નિયુક્ત કરવામાં આવેલા જિલ્લા સ્તરીય સ્ટાફ દ્વારા ટી.આર.જી.ની સામાજિક ઑડિટ ઝુંબેશ શરૂ કરતાં પહેલાં, તાલુકા સ્તર પર પ્રશિક્ષણ કરવામાં આવ્યું હતું. તેમાં ટી.આર.જી.ને સામાજિક ઑડિટનાં પગલાં, ચકાસણીની

પ્રક્રિયા તથા અહેવાલ લેખન વિશે અભિમુખ કરવામાં આવ્યાં. આ પ્રશિક્ષણોમાં પસંદ કરાયેલા 2000 ટી.આર.જી. સભ્યોમાંથી 1,562 હાજર રહ્યા હતા. સામાજિક ઑડિટ ઝુંબેશ દરમ્યાન જિલ્લા સ્તરીય સ્ટાફ તથા 'ઉન્નતિ' સ્થિત સામાજિક ઑડિટ એકમ દ્વારા ગુજરાતના બધા જિલ્લાઓમાંથી પસંદગીની 413 ગ્રામ સભાઓનું નિરીક્ષણ કરવામાં આવ્યું. ગ્રામ સભા ઝુંબેશ બાદ સામાજિક ઑડિટ અહેવાલોને એકત્રિત કરીને રાજ્ય સ્તરીય અહેવાલ બનાવવામાં આવે છે. તે સામાજિક ઑડિટ અહેવાલને મનરેગાની વેબસાઈટ (www.nrega.nic.in) પર અપલોડ કરવામાં આવે છે. અત્યાર સુધીમાં પ્રાપ્ત થયેલા 11,339 ગ્રામ પંચાયતોના અહેવાલ પરથી જાણવા મળે છે કે 9,351 (82 ટકા) ગ્રામ સભાઓમાં ટી.આર.જી. સભ્યો હાજર હતા, જ્યારે 9,539 (84 ટકા) ગ્રામ સભાઓ પહેલાં, ચકાસણી કરવામાં આવી હતી. કુલ 7,707 ગ્રામ સભાઓનો અહેવાલ અપલોડ કરી દેવામાં આવ્યો છે. સામાજિક ઑડિટ ઝુંબેશ દરમ્યાન 280 ફરિયાદોની નોંધણી થઈ હતી. તેમાં મુખ્યત્વે જોબકાર્ડ (જોબકાર્ડ ન મળ્યાં હોય, અપડેટ ન થયાં હોય, શ્રમિક પાસે ન હોય) અને ચૂકવણા સંબંધી (ચૂકવણું કરવામાં ન આવ્યું હોય, ઓછું ચૂકવણું થયું હોય વગેરે) ફરિયાદો મળી છે.

આગામી દિવસોમાં આ ફરિયાદોના નિવારણ માટે પ્રયાસ કરવામાં આવશે.

સ્વાગત (SWAGAT) ઓનલાઈન કાર્યક્રમ

(સ્વાગત - સ્ટેટ-વાઈડ એટેન્શન ઓન પબ્લિક ગ્રીવન્સ બાય ઍપ્લિકેશન ઑફ ટેક્નોલૉજી)

સ્થાનિક ભાષામાં સ્વાગતનો અર્થ થાય છે - ભલે પધાર્યા. જો આ કાર્યક્રમનું સૌથી પ્રથમ અને સૌથી મહત્ત્વનું અંગ હોય તો તે નાગરિકોનું 'સ્વાગત' કરવાનું, એટલે કે નાગરિકોને આવકારવાનું છે. લોકશાહીમાં લોકોના અવાજને મુખ્ય બાબત ગણવામાં આવી છે અને સુશાસનની પરીક્ષા આ અવાજ સાંભળવામાં થાય છે.

'સ્વાગત' (SWAGAT) ઓન લાઈનનું પૂરું નામ 'સ્વાગત - સ્ટેટ-વાઈડ એટેન્શન ઓન પબ્લિક ગ્રીવન્સ બાય ઍપ્લિકેશન ઑફ ટેક્નોલૉજી' થાય છે. સૌ પ્રથમ વાર, આ કાર્યક્રમમાં આધુનિક ટેક્નોલૉજીનો ઉપયોગ કરવામાં આવ્યો છે, જેને કારણે ટેક્નોલૉજી દ્વારા નાગરિક અને મુખ્યમંત્રી સાથેનો સીધો સંપર્ક શક્ય બન્યો છે. સ્વાગત કાર્યક્રમનાં દૃષ્ટિકોણમાં અસરકારકતા, પારદર્શિતા અને નાગરિકોની ફરિયાદોનું ઝડપી નિરાકરણ છે. સ્વાગત ઓનલાઈન કાર્યક્રમમાં સુશાસનને મજબૂત કરવા માટે નાગરિકોની ફરિયાદો

ઉપર ધ્યાન આપવામાં આવે છે. તાલુકા સ્તરે, જિલ્લા સ્તરે અને રાજ્ય સ્તરે જાહેર ફરિયાદોનાં નિરાકરણ માટે વહીવટી વિભાગ કાર્યરત છે અને ઉપરનાં સ્તરેથી ફરિયાદોનું નિરાકરણ કરવામાં આવે છે. જ્યારે સ્વાગત કાર્યક્રમ અસ્તિત્વમાં ન હતો ત્યારે ફરિયાદોનું પદ્ધતિસરનું નિવારણ થતું ન હતું તથા તેમાં કાગળની પ્રક્રિયા વધારે હતી. તેમાં પારદર્શિતા જોવા મળતી ન હતી. તેનાથી અધિકારીઓને ખુલ્લા પડી જવાનો ડર રહેતો ન હતો. સામાન્ય વ્યક્તિઓને ઉપલા સ્તરે રજૂઆત કરવાનું કોઈ માધ્યમ ન હતું અને દેખરેખ માટે કોઈ પદ્ધતિ નહોતી. સ્વાગત કાર્યક્રમ ત્રણ સ્તરે આખા ગુજરાત રાજ્યનો સમાવેશ કરે છે.

રાજ્ય સ્વાગતઃ દર મહિનાના ચોથા ગુરુવારે રાજ્યની રાજધાની ગાંધીનગર ખાતે યોજાય છે.

જિલ્લા સ્વાગતઃ દર મહિનાના ચોથા ગુરુવારે રાજ્યના બધા જ જિલ્લાઓ ખાતે યોજાય છે.

તાલુકા સ્વાગતઃ દર મહિનાના ચોથા બુધવારે રાજ્યની બધી જ તાલુકા ઑફિસોમાં યોજવામાં આવે છે.

ઓનલાઈન પોર્ટલ દ્વારા બધી જ ફરિયાદો અને નિવારણની માહિતી (રાજ્ય, જિલ્લા અને તાલુકા), એક સરખી પદ્ધતિ પ્રમાણે

ભરવામાં આવે છે. અરજીઓ ત્રણ કેટેગરીમાં રજિસ્ટર્ડ કરવામાં આવે છે.

- નીતિઓનાં સંદર્ભમાં: જ્યાં નીતિઓની ખામીઓ છે અથવા ગેપ ઉપર ધ્યાન આપવાની જરૂર જણાય છે તેવી ફરિયાદો.

- લાંબા સમયથી પડી રહેલી ફરિયાદો

- એવા કેસો કે જેની સૌ પ્રથમ સ્થાનિક સ્તરે કે તાલુકા સ્તરે રજૂઆત થઈ ગઈ હોય.

સ્વાગત ઓનલાઈન કાર્યક્રમ માટે સરકાર મુખ્ય સંસ્થા છે. જે બધી પ્રવૃત્તિઓનું રાજ્ય સ્તરથી તાલુકા સ્તર સુધીનું સંચાલન કરે છે. ગ્રામ પંચાયતમાં અરજદાર વિલેજ કોમ્પ્યુટર આંત્રપ્રિન્યોર (વીસીઈ) દ્વારા ઓનલાઈન ફરિયાદ નોંધાવે છે અથવા મામલતદારને અરજી કરી શકે છે, જ્યારે તાલુકા સ્તરે સ્વાગત ઓનલાઈન યોજવામાં આવે છે ત્યારે ફરિયાદીને પત્ર લખીને તાલુકા દ્વારા જાણ કરવામાં આવે છે અને ફરિયાદી આ તાલુકા સ્વાગતમાં હાજર રહે છે અને તેની ફરિયાદનો નિકાલ કરવામાં આવે છે. જિલ્લા સ્તરે લોકોને તેમની ફરિયાદોની રજૂઆત કરવા માટે જાહેર નોટિસ બહાર પાડવામાં આવે છે. જિલ્લા સ્તરે આ ફરિયાદોનું એકત્રીકરણ કરીને તેને યોગ્ય રીતે ગોઠવ્યા બાદ

સ્વાગત ઓન લાઈન કાર્યક્રમના દિવસે (દર મહિનાના ચોથા ગુરુવારે) જિલ્લા કલેક્ટરની ઑફિસે મુખ્ય અધિકારીઓની ટીમની હાજરીમાં અરજદારોને સાંભળવામાં આવે છે. જિલ્લા સ્તરનો કાર્યક્રમ સવારના સમયમાં રાખવામાં આવે છે. એ વખતે જે લોકોને સરકાર સામે કોઈ ફરિયાદ હોય તેઓ તેમની ફરિયાદ આપી શકે છે. એ જ રીતે જેઓને વહીવટી તંત્રએ આપેલા નિર્ણયથી અસંતોષ હોય તેઓ પણ અરજીઓ આપી શકે છે. અમુક ખાસ કિસ્સામાં અરજદાર જાતે ગાંધીનગર ખાતે આવીને પોતાની અરજીના નિકાલ માટે માનનીય મુખ્યમંત્રીનાં કાર્યાલયનો સંપર્ક સાધી શકે છે.

સ્વાગત કાર્યક્રમ ફરિયાદોના ઓન લાઈન જાહેર નિવારણની પદ્ધતિ છે. તેમાં અરજદારોએ સરકારના વહીવટી વિભાગોને ઓનલાઈન ફરિયાદો મોકલાવી પડે છે. તેની પ્રક્રિયા આ મુજબ છે: નાગરિકો મહિનાના કોઈ પણ દિવસે અરજી અથવા તેમની ફરિયાદો ઓન લાઈન રજિસ્ટર કરી શકે છે. 1505 નંબર ઉપર ફોન કરવાથી મુખ્યમંત્રીશ્રીનો રેકોર્ડ કરેલો સંદેશો સંભળાય છે. ત્યારબાદ નાગરિક ફરિયાદ નોંધાવી શકે છે. જિલ્લા સ્તરે બધી ફરિયાદો મેળવવામાં આવે છે, ત્યારબાદ તેને વેબ-બેઈઝ્ડ રૂપમાં

મૂકીને મુખ્યમંત્રીશ્રીના કાર્યાલયમાં 10 મિનિટની અંદર મોકલવામાં આવે છે.

મુખ્યમંત્રીશ્રીના સ્વાગત ઓનલાઈન કાર્યક્રમની રૂપરેખા આ મુજબ છેઃ (1) સવારે 9 વાગ્યાથી 12 સુધી સ્વાગત ઓન લાઈન કાર્યાલયે અરજીઓનું ઓન લાઈન રજિસ્ટ્રેશન કરવામાં આવે છે. આની માહિતી સંબંધિત અધિકારીઓને તાત્કાલિક ઉપલબ્ધ બની શકે છે. (2) બપોરે 12 વાગ્યાથી 3 સુધીમાં અધિકારીઓ ઓનલાઈન જવાબો અને માહિતી મૂકે છે. (3) બપોરે 3 વાગ્યાથી માનનીય મુખ્યમંત્રીશ્રી અને સિનિયર અધિકારીઓ અરજદાર સાથે સંપર્ક કરે છે. જિલ્લાના અને તાલુકાના અધિકારીઓ આ કાર્યક્રમમાં વિડિયો કૉન્ફરન્સ દ્વારા હાજરી આપે છે. આવેલા કેસોનું એ જ દિવસે નિવારણ કરવામાં આવે છે અથવા નક્કી કરેલા સમયગાળામાં અથવા મા. મુખ્યમંત્રીશ્રીએ દર્શાવેલા બધા જ માર્ગદર્શનને એ જ દિવસે રેકોર્ડ કરવામાં આવે છે. અરજી કરનાર દરેક નાગરિકને યુનિક આઈડી આપવામાં આવે છે. જેથી અરજકર્તા તેમના કેસની સ્થિતિ અને માહિતી ઓન લાઈન જોઈ શકે.

'સ્વાગત' ઓન લાઈન ફરિયાદ નિવારણ સેલના મેનેજર નક્કી કરે છે કે કઈ ફરિયાદો યોગ્ય છે અને કઈ ફરિયાદો યોગ્ય

નથી. ફક્ત એવી જ ફરિયાદો યોગ્ય છે, જેની આ પહેલાં યોગ્ય એજન્સી સમક્ષ રજૂઆત કરેલી હોય. સંબંધિત જિલ્લા કલેક્ટરો, જિલ્લા વિકાસ અધિકારીઓ અને સુપ્રિટેન્ડેન્ટ ઑફ પોલીસ આ વિડિયો કૉન્ફરન્સમાં ભાગ લે છે.

આરટીઈ રિસોર્સ સેન્ટર દ્વારા કરાયેલા આરટીઈ અભિયાનમાં ભાગ લેવાથી થયેલા અનુભવો

આરટીઈ રિસોર્સ સેન્ટર, આઈઆઈએમ - અમદાવાદ દ્વારા 'આરટીઈ અભિયાન' અંતર્ગત જિલ્લા શિક્ષણ અધિકારીની કચેરી, વસ્ત્રાપુર, અમદાવાદમાં, એડમિશન પ્રક્રિયાની તારીખ 5થી 10 જૂન 2014 દરમ્યાન 'આરટીઈ હેલ્પ સેન્ટર'ની વ્યવસ્થા કરવામાં આવી હતી. 'ઉન્નતિ' સંસ્થા - અમદાવાદમાંથી આરટીઈઆરસી સ્વયં સેવક તરીકે એ હેલ્પ સેન્ટર ઉપર તારીખ 5 અને 6 જૂન 2014 એમ બે દિવસ ભાગ લેવાનો મોકો મળેલો તેના અનુભવો.

પ્રસ્તાવના

શિક્ષણ એ અપેક્ષિત સમાજ રચના ઊભું કરવાનું અસરકારક પરિબળ છે તેથી ગાંધીજીથી માંડી બીજા ઘણા શિક્ષણવિદોએ દરેક બાળકને મફત અને ફરજિયાત શિક્ષણ મળે તે માટે પ્રયત્નો કર્યા છે. નેશનલ નૉલેજ કમિશને શિક્ષણની ગુણવત્તા સુધારવા અને

સાર્વત્રિકરણ માટે ભલામણ કરી હતી. તેના આધારે 2009ના વર્ષમાં 'રાઈટ ટૂ એજ્યુકેશન' નામનો કાયદો ઘડવામાં આવ્યો. તેની કલમ-12(1)(સી) હેઠળ 6થી 14 વર્ષના દરેક બાળકને મફત અને ફરજિયાત શિક્ષણ મેળવવાનો અધિકાર છે. આ કાયદા હેઠળ શારીરિક અશક્તતા ધરાવતા, અનાથ અને સમાજના સામાજિક અને આર્થિક રીતે પછાત એવા શિક્ષણથી વંચિત બાળકોને પણ શિક્ષણનો સમાન અધિકાર આપવામા આવ્યો છે. દેશના દરેક બાળકને શિક્ષણની સમાન તક મળે તે દેશની દરેક વ્યક્તિની સામાજિક જવાબદારી બને છે અને આથી જ આ કાયદાનો અમલ કરવામાં ખાનગી શાળાઓને પણ ભાગીદાર બનાવાઈ છે. આ કાયદાનો અસરકારક અમલ થાય તો શિક્ષણથી વંચિત બાળકો માટે આશીર્વાદરૂપ બની શકે છે. આ એક એવો શક્તિશાળી કાયદો છે જે સમાજ વ્યવસ્થાના વર્ગોને દૂર કરી દરેક બાળકને સમાન શિક્ષણની તક આપે છે. આ કાયદા અંતર્ગત દેશની દરેક સરકારી, સરકારી અનુદાનિત, ખાનગી શાળાઓને તેમના વર્ગની કુલ સંખ્યામાંથી 25 ટકા સંખ્યા શિક્ષણથી વંચિત એવા આર્થિક અને સામાજિક દ્રષ્ટિએ પછાત કુટુંબનાં બાળકો માટે અનામત રાખવાની હોય છે. જેમાંથી કોન્વેન્ટ શાળાઓને અમુક કારણોસર બાકાત રાખવામાં આવી છે. આ કાયદાના અસરકારક અમલ માટે

જુદાંજુદાં રાજ્યોની સરકાર અને સંસ્થાઓ દ્વારા જુદાજુદા પ્રયત્નો કરવામાં આવી રહ્યા છે. જે અંતર્ગત ગુજરાતમાં, અમદાવાદ શહેરમાં આવેલી 'ઇન્ડિન ઈન્સ્ટિટ્યૂટ ઑફ મેનેજમેન્ટ' (આઈઆઈએમ) દ્વારા આ કાયદાના અમલમાં સહાયરૂપ બનવા 'આરટીઈ રિસોર્સ સેન્ટર' (http://www.rterc.in) ઊભું કરવામાં આવ્યું છે, જેમાં સૌ પ્રથમ આઈઆઈએમના અમુક વિદ્યાર્થીઓ જોડાયા હતા, ત્યારબાદ ધીમેધીમે તેમાં આ ક્ષેત્રે કાર્ય કરતી જુદીજુદી સ્વૈરછીક સંસ્થાઓ અને સ્થાનિક કૉલેજના સિનીયર વિદ્યાર્થીઓને પણ સ્વયંસેવક તરીકે જોડવામાં આવ્યા છે.

આરટીઈ રિસોર્સ સેન્ટર દ્વારા કરવામાં આવતી પ્રવૃત્તિઓ

(1) જુદાજુદા વિસ્તારમાં જઈને બાળકો અને તેમના માતા-પિતા સાથે મિટિંગ કરી તેમને આ કાયદા અંગેની સંપૂર્ણ સમજ આપી જાગૃત કરવા. (2) આવકનું પ્રમાણપત્ર,જાતિનો દાખલો વગેરે જેવા એડમિશન માટે જરૂરી દસ્તાવેજો મેળવવામાં મદદ કરવી. (3) એડમિશન પ્રક્રિયામાં તેમને જુદાજુદા તબક્કે પડતી મુશ્કેલીઓ અને ફરિયાદોનું નિવારણ કરવંુ. (4) જરૂર પડ્યે શાળાની મુલાકાત લઇ શાળાના સત્તાધિકારીઓને આ કાયદા અંગેની સમજ આપી જાગૃત કરવા. (5) સરકારને જુદાજુદા સ્તરે આ કાયદાના અમલીકરણમાં મદદ કરવી.

આરટીઈના અમલમાં જણાયેલી સમસ્યાઓ

હેલ્પ સેન્ટર ઉપર કામગીરી કરતી વખતે વાલીઓ તથા સરકારી કર્મચારીઓ સાથેની વાતચીત પરથી નીચે મુજબની સમસ્યાઓ જણાઈઃ (1) આ કાયદાનો લાભ જે સમુદાય સુધી પહોંચવો જોઈએ તે નથી પહોંચ્યો, કારણ કે તે અંગેની પૂરતી માહિતી તેમના સુધી પહોંચે અને તેઓ જાગૃત થાય તેવી કોઈ વ્યવસ્થા સરકાર દ્વારા કરવામાં આવી નથી. (2) આરટીઈ અંતર્ગત એડમિશન લેવાવાળા મોટા ભાગના વિદ્યાર્થીઓના વાલી વધારે ભણેલા હોતા નથી. તેથી તેમને પ્રક્રિયા સમજવામાં તકલીફ પડે છે. (3) ફોર્મ વિતરણની વ્યવસ્થામાં પણ પહેલાં કેન્દ્રીકરણ હતું. માત્ર અમદાવાદની રાયખડ ઑફિસમાં જ એડમિશન ફોર્મ મળતા હતા, જે અનેક લોકાને ખૂબ દૂર પડતી હતી. (4) રાજ્ય સરકાર દ્વારા નિયમ મુજબ અખબારમાં જાહેરાત આપવામાં આવી હતી, પરંતુ તે જાહેરાતમાં જરૂરી માહિતીનો અભાવ જણાયો હતો. જેમ કે, બાળકના માતા-પિતા પોતાના બાળકના જન્મનું પ્રમાણપત્ર લઇને આવશે તો જ તેમને ફોર્મ આપવામાં આવશે એવું જણાવ્યું નહોતું. આ કારણે ઘણા વાલીઓના સમય અને શક્તિનો વ્યય થાય છે. (5) આ કાયદાના અમલ સાથે સીધા સંકળાયેલા સરકારી કર્મચારીઓ, શાળાના આચાર્યો અને અન્ય પક્ષકારોમાં, આરટીઈ

કાયદાની પ્રક્રિયા અને તેમાં તેમની પોતાની ભૂમિકા અંગે પણ મુંઝવણ હોવાનું જણાયું હતું. (6) આ કાયદા અંતર્ગત પ્રવેશ આપવાના ઑર્ડેર-લેટર હોવા છતાં ઘણી શાળાઓ દ્વારા પ્રવેશ આપવાની ના પાડવામાં આવે છે. તેઓનું કહેવું છે કે આ બાળકો તેમની શાળાના વિદ્યાર્થીઓ સાથે તાદાત્મ્યતા નહિ કેળવી શકે અને અમુક શાળાઓ દ્વારા તેઓને અપમાનિત કરવામાં પણ આવે છે. તેઓને શાળાના જુદાજુદા ખર્ચ ફરજિયાત ભરવા જણાવી રહ્યા છે. તે આર્થિક રીતે પછાત વર્ગનાં બાળકો માટે ખૂબ જ વધારે છે. આથી આવા વાલીઓ ઑર્ડર-લેટર સાથે શાળા બદલવાની અરજી કરવા આવ્યા હતા. (7) આરટીઈના કાયદા મુજબ ઘરથી શાળા વધારેમાં વધારે ત્રણ કિલોમીટરની અંદર હોવી જોઈએ. જે ધ્યાનમાં રાખ્યા વગર જ શાળાની ફાળવણી કરવામાં આવતી હોવાથી બાળકોનાં માતા-પિતાને આખી પ્રક્રિયામાંથી ફરીથી પસાર થવું પડશે અને બની શકે કે આ વખતની એડમિશન ફાળવણીમાં તેમનો નંબર ના પણ લાગે. (8) આરટીઈના કાયદા અંતર્ગત ઉંમર અંગેના નિયમને ધ્યાનમાં રાખ્યા વગર જ પ્રવેશ આપવાનો હોવા છતાં, શાળા કક્ષાએ પ્રવેશ નથી આપવામાં આવતો. વળી, પાંચ વર્ષથી નાનાં બાળકોનાં માતા-પિતા દ્વારા પણ એડમિશનની માગ કરવામાં આવે છે. (8) એડમિશન પ્રક્રિયા આટલી

ગૂંચવાડાભરી અને સમય માંગે તેવી હોવાના કારણે કુટુંબની રોજી ઉપર તેની અસર પડે છે અને તેથી લોકો નિરુત્સાહી થાય છે. (9) એડમિશન માટે અરજી કરવાનો સમયગાળો ખૂબ જ ઓછો રાખવામાં આવે છે, જેથી ઘણાં બાળકોને એડમિશન માટે જરૂરી દસ્તાવેજો મેળવવાનો સમય મળતો નથી અને શિક્ષણથી વંચિત રહેવું પડે છે.

સમસ્યાઓને દૂર કરવાના સૂચનાત્મક ઉકેલો

(1) જિલ્લા શિક્ષણ અધિકારી સાથે વાત કરતા જણાયું કે તેઓ આ કાયદાનો અમલ કરવાનો પૂરો પ્રયત્ન કરી રહ્યા છે અને જે શાળાઓ આ કાર્યક્રમ અંતર્ગત બાળકોને પ્રવેશ આપવાની ના પાડશે તેવી શાળાની મંજૂરી રદ કરવા સુધીનાં પગલાં લેવામાં આવશે. કાયદાના અમલ માટેનું આ એક ખૂબ જ હકારાત્મક પગલું ગણાશે. (2) સમુદાય સુધી આ કાયદા અંગેની પૂરતી માહિતી પહોંચે તે માટે કોઈક વ્યવસ્થાતંત્ર ઊભું કરવાની જરૂર છે. (3) સરકારી કર્મચારીઓ, પ્રિન્સિપાલ તથા આ કાયદાના અમલ સાથે સંકળાયેલા અન્ય પક્ષકારોને કાયદાની પૂરતી સમજ આપી, તેમની મુંઝવણો દૂર થાય અને તેમનું ક્ષમતા-વર્ધન થાય તેવી તાલીમોનું આયોજન કરવું જોઈએ. (4) એડમિશન પ્રક્રિયાને સરળ

અને ઝડપી બનાવવી જોઈએ. (5) જરૂર હોય તેવા લોકોને પ્રક્રિયાની પૂરી સમજ આપે, મદદ કરે અને એડમિશન લેવા માટે પ્રોત્સાહિત કરે તેવા સ્વયંસેવકો જિલ્લા કક્ષાએ ઊભા કરવા જોઈએ. (6) એડમિશન ફોર્મ, વિતરણ કરવાની વ્યવસ્થાને જુદાજુદા વિસ્તારમાં વિભાજીત કરવી જોઈએ. (7) સમય અને શક્તિનો બચાવ કરવા, જાહેરાતમાં પૂરી અને જરૂરી માહિતીનો સમાવેશ થવો જોઈએ. (8) એડમિશન પ્રક્રિયાનો સમયગાળો વધારે રાખવો જોઈએ જેથી કરી બાળકના માતા-પિતા જરૂરી દસ્તાવેજો બનાવડાવી શકે. (9) આ કાયદાના અમલ માટે રાજ્ય અને જિલ્લા કક્ષાએ ટોલ-ફ્રી હેલ્પ લાઈનની વ્યવસ્થા કરવી જોઈએ તેમ જ આ ક્ષેત્રે કાર્ય કરતી સંસ્થાઓની મદદ દ્વારા તેનો વધારેમાં વધારે પ્રચાર થવો જોઈએ.

નિર્મળ ભારત અભિયાન/મનરેગા યોજના કન્વર્ઝન્સ અંતર્ગત વ્યક્તિગત શૌચાલય માટે અપાતી પ્રોત્સાહક રકમની વિગત

વ્યક્તિગત બીપીએલ લાભાર્થીઓને શૌચાલયની મળતી પ્રોત્સાહક રકમ

નિર્મળ ભારત અભિયાન અંતર્ગત   રૂ. 4,600/-

મનરેગા સાથે કન્વર્ઝન્સ અંતર્ગત બીપીએલ પૈકી   રૂ. 5,400/-
એસ.સી./એસ.ટી./નાના સીમાંત ખેડૂતોને રકમ

કુલ રકમ   રૂ. 10,000/-

વ્યક્તિગત એપીએલ લાભાર્થીઓને શૌચાલયની મળતી પ્રોત્સાહક રકમ

નિર્મળ ભારત અભિયાન અંતર્ગત એસ.સી./એસ.ટી./   રૂ.4,600/-

કુટુંબની મુખ્ય વ્યક્તિ વિકલાંગ/કુટુંબની મુખ્યવ્યક્તિ

મહિલા/નાના અને સીમાંત ખેડૂત/ઘર બાર સાથે

જમીન વિહોણા મજૂરને રકમ

મનરેગા સાથે કન્વર્ઝન્સ અંતર્ગત બીપીએલ પૈકી   રૂ.5,400/-

એસ.સી./એસ.ટી./નાના સીમાંત ખેડૂતોને રકમ

કુલ રકમ   રૂ. 10,000/-

ઉપરોક્ત સિવાયના અન્ય એપીએલ લાભાર્થીને નિર્મળ ગુજરાત

અંતર્ગત રૂ. 2,000/- પ્રોત્સાહક રકમ

• ગ્રામ પંચાયતમાં પ્રાથમિક શાળામાં શૌચાલય સુવિધા માટે મહત્તમ

રૂ. 35,000/- અને આંગણવાડી શૌચાલય બેબી ટોયલેટ) માટે મહત્તમ

રૂ. 8,000/- પ્રતિ યુનિટ મળવા પાત્ર થાય છે.

• ગ્રામ પંચાયતને જરૂરિયાતના કિસ્સામાં સામુહિક શૌચાલય માટે (ગ્રામ પંચાયત દ્વારા નિભાવણી કરવાની શરતે) મહત્તમ રૂ. 2,00,000/- મળવાપાત્ર થાય છે.